MUALKEMIA

SIMULIZI KUHUSU KUFUATA

NDOTO YAKO

Paulo Coelho

Kimetafsiriwa na:
ALI ATTAS

Moran (E. A.) Publishers Limited,
Judda Complex, Prof. Wangari Maathai Road,
P.O. Box 30797 – 00100, Nairobi.

Wana ofisi na wawakilishi nchini: Uganda, Rwanda, Tanzania, Malawi na
Zambia

www.moranpublishers.com

Toleo hili lilichapishwa kwa maafikiano na Sant Jordi Asociados Agencia
Literaria, S.L.U., Barcelona, Spain

www.santjordi-asociadoscom

Kilichapishwa mara ya kwanza 2022

ISBN: 978 9966 63 443 6

Kimepigwa chapa na

2026	2025	2024	2023	2022
10 9	8 7	6 5	4 3	2 1

 Paulo Coelho, aliyezaliwa jijini Rio de Janeiro nchini Brazil mnamo mwaka wa 1947, anachukuliwa kuwa mmojawapo wa waandishi wenye ushawishi mkubwa. Zaidi ya nakala milioni 320 za vitabu vyake zimeuzwa kote duniani. Nakala hizi zimeuzwa katika nchi 170 na kutafsiriwa katika lugha 88.

Riwaya yake ya The *Alchemist* imekuwa mojawapo ya kazi zinazouzwa zaidi kimataifa. Imekuwa kwenye orodha ya *New York Times* ya vitabu vinavyouzwa zaidi kwa majuma 427 mfululizo.

Coelho amepokea tuzo nyingi za kifahari za kimataifa, ikiwemo tuzo ya *Chevalier de l'Ordre National de la Légion d'Honneur*. Amekuwa mwanachama wa *Academy of Letters* nchini Brazil tangu mwaka wa 2002 na Mjumbe wa Amani wa Umoja wa Mataifa tangu mwaka wa 2007. Katika mwaka wa 2003, alipokea tuzo ya Rekodi za Ulimwengu za *Guinness* kwa kuwa na tafsiri nyingi zaidi za kitabu kimoja *(The Alchemist)* zilizo tiwa saini na mwandishi katika kikao kimoja. Miaka kadhaa baadaye, katika mwaka wa 2009, alipokea tuzo nyingine ya Rekodi za Ulimwengu za *Guinness* kwa kuwa mwandishi ambaye kitabu chake kimoja *(The Alchemist)* kimetafsiriwa zaidi.

Vitabu vya Paulo Coelho

The Alchemist
The Valkyries
By the River Piedra I Sat Down and Wept
The Pilgrimage
The Fifth Mountain
Veronika Decides to Die
The Devil and Miss Prym
Manual for the Warrior of the Light
Eleven Minutes
The Zahir
Like the Flowing River
The Witch of Portobello
Brida
The Winner Stands Alone
Aleph
Manuscript Found in Accra
Adultery
The Spy
Hippie
The Archer

Tabaruku

Kwa heshima ya J.,
Mualkemia arifu na atumiaye siri za Kazi Kuu Tukufu.

Oh Maria!
Alizaa bila dhambi
Tuombee wanaokutunuku na wanaotumia siri za Kazi
Kuu Tukufu.
Amina!

[38]Walipoendelea na safari, wakaingia katika kijiji fulani.
Mwanamke aliyeitwa Martha akamkaribisha Yesu
nyumbani kwake. [39]Martha alikuwa na dada aliyeitwa
Maria, ambaye aliketi miguuni pa Bwana akisikiliza
alichokuwa akisema. [40]Lakini Martha alikengeushwa
na kazi nyingi. Basi, akaja na kusema: "Bwana, hujali
kwamba dada yangu ameniacha nishughulike peke
yangu? Mwambie aje anisaidie." [41]Bwana akamjibu:
"Martha, Martha, unasumbuka na kuhangaikia mambo
mengi. [42]Ni vitu vichache tu vinavyohitajiwa au kimoja
tu. Maria alichagua fungu zuri, nalo halitaondolewa
kwake."
Luka 10:38-42

Neno la Mwandishi

Nakumbuka nikipokea barua kutoka kwa kampuni ya uchapishaji ya Kimarekani ya HarperCollins, iliyosema kuwa "kusoma *The Alchemist* kulikuwa kama kuamka wakati wa mapambazuko na kuona jua likichomoza huku sehemu nyingine za ulimwengu zikiwa bado zimelala." Nilitoka nje, nikatazama juu angani na kutafakari, "Kwa hivyo kitabu hiki kitatafsiriwa!" Wakati huo, nilikuwa nang'ang'ana kujibainisha kuwa mwandishi na kufuata mkondo wangu, licha ya sauti zote zilizoniambia hilo haliwezekani.

Ndoto yangu ilikuwa inatimia taratibu. Nakala kumi, mia moja, elfu moja, milioni moja zikauzwa nchini Marekani. Siku moja, mwanahabari mmoja kutoka Brazil alinipigia simu kuniarifu kuwa Rais Clinton alikuwa amepigwa picha akikisoma kitabu hiki. Baada ya muda, nilipokuwa nchini Uturuki, nilifungua jarida la *Vanity Fair*, na hapo nikaona Julia Roberts, akitangaza kwamba amekienzi kitabu hicho. Nilipokuwa nikitembea nikiwa peke yangu kwenye barabara moja huko Miami, nilimsikia msichana akimwarifu mamake, "Ni sharti usome *The Alchemist!*"

Kitabu hiki kimetafsiriwa katika lugha 88, hii ikiwa takwimu ya juu zaidi duniani kuwahi kufikiwa na mwandishi yeyote aliye hai na kinazingatiwa kuwa mojawapo wa hadithi kumi bora zaidi zilizowahi kuchapishwa katika Karne ya Ishirini. Kadhalika kilipanda ngazi kwenye orodha ya vitabu vyenye mauzo makubwa sana katika jarida la *New York Times* kikanyakua nambari moja na kushikilia nafasi hiyo kwa muda wa wiki 287. Zaidi ya nakala milioni 65 zimeuzwa kote duniani na watu wanaanza kuuliza: "Ni ipi siri ya ufanisi mkubwa hivi?"

Jibu pekee ni kwamba siifahamu. Ninachokifahamu ni kwamba sawia na Santiago mvulana mfugaji, sote tunafaa kufahamu mwito wetu wa kibinafsi.

Je, mwito wa kibinafsi ni nini? Ni baraka za Mola. Ni mkondo ambao Mungu amekuchagulia humu duniani. Kila tunapofanya jambo linalotujaza motisha, tunafuata hadithi yetu. Hata hivyo, sio sote tulio na ujasiri wa kukabili ndoto yetu. Kwa nini?

Kuna vikwazo vinne. Kwanza, tunaambiwa tangu utotoni kwamba kila tunachotaka kukifanya hakiwezekani. Tunapokua tukiwa na wazo hili, na kadri miaka inavyopita, chuki, hofu na kutojithamini huongezeka. Wakati unawadia ambapo mwito wetu wa kibinafsi umefukiwa katika nyoyo zetu hivi kwamba hauonekani. Lakini ungalipo.

Iwapo tuna ujasiri wa kuvumbua ndoto yetu, tunakabiliwa na kikwazo cha pili: upendo. Tunafahamu tunachotaka kukifanya, ila tunaogopa kuwakosea wale wanaotuzingira kwa kupuuza mambo yote ili kufuata ndoto yetu. Hatufahamu kwamba upendo ni msukumo mwingine, sio jambo ambalo litatuzuia kuendelea mbele, na kwamba wale wanaotutakia mema wanataka tuwe na furaha na wako tayari kuandamana nasi kwenye safari hiyo.

Mara tu tunapogundua kwamba upendo ni kichocheo, tunakumbwa na kikwazo cha tatu: hofu ya kushindwa. Sisi tunaopigania ndoto yetu huteseka zaidi isipotimia, kwani hatuwezi kurejelea kisingizio cha awali, "Kwa kweli hata sikuwa naitaka." Tunaitaka na tunafahamu kwamba tumetia kila juhudi na kwamba mkondo wa mwito wa kibinafsi sio rahisi kuliko mkondo mwingine wowote, isipokuwa kwamba nadhari yeyu yote iko kwenye safari hii. Basi sisi mashujaa wa mwangaza ni sharti tujiandae kuvumilia katika nyakati ngumu na kufahamu kwamba ulimwengu unafanya juhudi za kuhakikisha tunafaulu, hata ingawa hatufahamu kwa jinsi gani.

Huwa najiuliza: Je, kushindwa ni muhimu? Kwa kweli kuwe muhimu au la, huwa kunajiri. Tunapoanza kupigania ndoto zetu, hatuna ujuzi na tunafanya makosa mengi. Siri ya maisha, hata hivyo, ni kuanguka mara saba na kuinuka mara nane.

Je, ni kwa nini ni muhimu sana kutimiza mwito wetu wa kibinafsi iwapo tutateseka tu kuliko watu wengine? Kwa sababu mara tu tunaposhinda - na huwa tunafanya hivyo kila wakati -tunajawa na hisia ya mhemko na imani. Katika kimya cha nyoyo zetu, tunafahamu kwamba tunajithibitisha kuwa tunafaa kupata muujiza huo maishani. Kila siku, kila saa, ni sehemu ya mapambano haya mema. Tunaanza kuishi kwa matamanio na furaha. Mateso makali yasiyotarajiwa hupita haraka kuliko yale yanayoweza kuvumilika, yale yanayoweza kuvumilika hudumu kwa miaka mingi, na bila kugundua, huathiri nafsi zetu, hadi siku moja, tunashindwa kujinasua kutokana na machungu na yanasalia nasi maisha yetu yote.

Baada ya kuvumbua ndoto zetu, baada ya kutumia nguvu ya upendo kuikuza na kuishi miaka mingi na makovu, mara tunagundua kwamba tulichokitaka kimekuwepo wakati huu wote, kikitusubiri, labda hata siku inayofuatia. Hapo ndipo kikwazo cha nne kinapojiri: hofu ya kuafikia ndoto ambayo tumekuwa tukipigania maishani mwetu.

Oscar Wilde alisema, "Kila mtu huangamiza kile anachokipenda." Na ni kweli. Uwekezano wa kupata kile tunachokitaka huijaza nafsi ya mtu wa kawaida na hisia ya kutenda kosa. Tunawatazama wale wote walioshindwa kupata walichokitaka na tunahisi kuwa sisi pia hatufai kukipata tunachokitaka. Tunasahau vikwazo vyote tulivyovishinda, mateso yote tuliyoyavumilia, mambo yote tuliyoyaacha ili kufikia umbali huu. Nawafahamu watu wengi ambao, wakati walipokaribia kufikia mwito wao wa kibinafsi, walifanya makosa mengi na hawakufikia lengo lao ingawa walikuwa tu wamelikaribia.

Hiki ndicho kikwazo hatari zaidi kwani kina hisia ya utakatifu: kutupilia mbali furaha na ushindi. Lakini unapoamini kwamba unafaa kukipata kile ulichojitahidi kukipigania, basi unakuwa chombo cha Mola, unaisaidia Roho ya Ulimwengu, na unafahamu ni kwa nini uko hapa.

Paulo Coelho
Imetafsiriwa kutokana na tafsiri ya Kiingereza ya
Margaret Jull Costa

Dibaji

Mualkemia alichukua kitabu ambacho mtu mmoja kwenye msafara alikuwa amekinunua. Alipogeuzageuza kurasa, alipata hadithi kuhusu Narcissus.

Mualkemia aliifahamu hadithi ya Narcissus, kijana aliyepiga magoti kandoni mwa ziwa ili kutafakari kuhusu uzuri wake. Alifurahishwa na nafsi yake, hivi kwamba asubuhi moja, alianguka kwenye ziwa hilo na kufa maji. Kwenye sehemu ambako alianguka, ua lililofahamika kama *narcissus* lilichipuza.

Hata hivyo, hivi sivyo mwandishi alivyohitimisha hadithi yake.

Alisema kuwa wakati Narcissus alipoaga dunia, miungu wa kike wa msituni walifika na wakaona ziwa ambalo lilikuwa na maji safi, liligeuka kuwa la machozi ya chumvi.

"Je, mbona unalia?" miungu hao wa kike waliuliza.

"Namlilia Narcissus," Ziwa lilijibu.

"Ah, basi sio jambo la kushangaza kwamba unamlilia Narcissus," walisema, "kwani ingawa tulikuwa tunamfuata kila mara msituni, ni wewe tu uliyeweza kufurahia uzuri wake akiwa karibu."

"Lakini ... Narcissus alikuwa na sura ya kupendeza?" ziwa liliuliza.

"Nani mwingine anayefaa kufahamu hilo vyema isipokuwa wewe?" miungu hao wa kike walisema kwa mshangao. "Kwa vyovyote vile, ni kwenye kingo zako ambako alipiga magoti kila siku kutafakari kuhusu nafsi yake!"

Ziwa lilinyamaa kimya kwa muda. Hatimaye, likasema:

"Ninamlilia Narcissus lakini sikuwahi kutambua kwamba yeye alikuwa mrembo. Ninalia kwa sababu, kila mara alipopiga magoti kando ya fuo zangu, ningeweza kuona, katika kina cha macho yake, uzuri wangu ukiakisi."

"Ni hadithi ya kupendeza," mualkemia alifikiria.

Imetafsiriwa kutokana na tafsiri ya Kiingereza ya Clifford E. Landers

Sehemu ya Kwanza

Mvulana mwenyewe aliitwa Santiago. Tando la magharibi lilitanda wakati kijana mwenyewe alipowasili ndani ya gofu la kanisa akiswaga mifugo yake ya kondoo. Paa lilikuwa limebomoka zamani na mkuyu mkubwa sana ulichipuza mahali pake ambako zamani palisimama chumba cha padre, kanisani.

Usiku ule Santiago aliamua kukesha pale usiku kucha. Alihakikisha kuwa kondoo wake wote wameingia ndani kupitia lango lililochakazwa na wakati. Kisha alipachika ubao langoni kuhakikisha usiku ule mifugo yake isije ikatangatanga na kutoka nje. Katika eneo lile hapakuwa na mbwa mwitu. Ila usiku mmoja kondoo wake mmoja alipotea njia akatoka nje na ikambidi Santiago asumbuke mchana kutwa akimsaka.

Santiago alipangusa sakafu kwa kabuti lake, akajilaza huku akitumia kitabu ambacho ndio kwanza akimalize kukisoma kama mto. Alijiambia bora angeanza kusoma vitabu vilivyotutumka zaidi kwa unene: vilidumu kwa siku nyingi, pia vingekuwa mito starehevu ya kulalia.

Ukungu wa giza ulikuwa bado umetanda Santiago aliporauka. Akitupa macho angani, kupitia mwanya wa nusu paa lililoporomoka, aliona lukuki ya nyota.

'Nilitaka kuchapa usingizi zaidi kidogo,' Santiago aliwaza. Alikuwa ameiota ndoto ile ile aliyoiota kitambo cha wiki moja iliyotangulia na kwa mara nyingine ilikatika pindi alipozindukana.

Santiago aliinuka, akabeba kifimbo chake, akaanza kuwakurupusha kondoo wake ambao walikuwa bado wamelala. Hisia zilimjia Santiago pindi baada ya kuamka kuwa wanyama wake wengi nao walikuwa wakiamka wakati sawia naye. Ilikuwa kama kwamba kani isiyojulikana imeyafuma maisha yake na ya wale kondoo aliowafuga kwa miaka miwili, akiwachunga hadi malishoni na kwenye machimbuko ya maji. "Wamenizoea sana kiasi cha kuimudu ratiba yangu," Santiago alijiambia kimoyomoyo. Akizama mawazoni na kulipepeta tamko lake kwa nukta mbili tatu, fikira ikamgonga kwamba huenda ikawa kinyume chake, yaani ni yeye aliyezoea ratiba yao.

Ila baadhi ya kondoo iliwachukua muda kuamka. Santiago aliwatomasa mmoja mmoja kwa fimbo yake, huku akiwaita kwa majina kila mmoja. Daima aliamini kuwa wale kondoo walifahamu alichokitamka. Kwa hiyo ikafika wakati hata akawasomea sehemu za vitabu vyake vilivyomvutia. Au aliwasimulia upweke au furaha ya mchunga kondoo mbugani malishoni. Mara nyingine alifasiri matukio aliyoyashuhudia katika vijiji walivyopitia.

Lakini mnamo siku chache zilizopita, jambo moja tu lilitawala semi zake: kigoli, binti wa mfanyabiashara aliyeishi katika kijiji ambacho wangekifikia mnamo siku kama nne zilizofuatia. Alikuwa amefika kwenye kijiji hicho mara moja tu mwaka uliotangulia. Mfanyabiashara huyo alikuwa tajiri wa duka la bidhaa zilizokaushwa na daima alimtaka Santiago awanyoe sufi wale kondoo mbele yake ili asifanyiwe ulaghai. Rafiki yake mmoja alikuwa amemjulisha Santiago duka hilo na akawachukua kondoo wake hadi pale dukani.

❖ ❖ ❖

"Nahitaji kuuza sufi," Santiago alimdokezea yule mwenye duka.

Wateja pale dukani walisongamana na yule tajiri alimtaka Santiago asubiri hadi alasiri.

Santiago alijikalisha kwenye vipandio vya duka akachopoa kitabu kimoja kutoka kwa mkoba wake.

Kisogoni mwake, mara sauti moja ya kike ilisikika.

"Sikujua wachunga kondoo wanajua jinsi ya kusoma."

Msichana mwenyewe alikuwa na sura ya kawaida ya wakaazi wa bara la Andalusia. Nywele zake nyeusi za singa zilijimwaga kutoka kichwani na macho yake kwa mbali, yalikumbusha utawala wa machotara waliochanganya damu ya Kiberiberi na Kiarabu.

"Kwa kweli, kondoo wangu hunifunza mengi kuliko nijifunzayo kutoka vitabuni," Santiago alijibu.

Katika mpito wa saa mbili za mazungumzo yaliyonoga kati yao, yule msichana alimweleza Santiago kuwa yeye alikuwa binti wa yule mfanyabiashara akieleza kuwa kila siku iliyopita katika maisha ya kijijini, haikutofautiana na siku iliyotangulia. Santiago naye akamsimulia maisha ya kutangatanga katika bara la Andalusia, akimdokeza juu ya matukio ya miji alikotua na kondoo wake. Kuzungumza na yule msichana kulikuwa mabadiliko mazuri kuliko kuzungumza na kondoo wake.

"Ulijifunzaje basi jinsi ya kusoma?," yule msichana alimtupia swali mazungumzoni.

"Kama kila mtu anavyojifunza," Santiago alijibu.

"Shuleni."

"Kama unajua jinsi ya kusoma, kwa nini umebaki kuwa mchungaji kondoo tu?"

Santiago alimumunya jawabu lililomwepusha kumjibu yule msichana. Alikuwa na hakika jibu lake lingemtatanisha yule binti. Santiago aliendelea na usimulizi wake wa hadithi za safari zake na macho ya yule msichana ya kichotara yalikodoka kwa tashwishi na mshangao.

Wakati ulipukutika na Santiago alitamani jua lisizame upeoni na baba-mtu abanwe na shughuli kwa siku tatu mfululizo. Santiago alitanabahi kuwa moyo wake ulitekwa bakunja na hisia ambazo hakuwahi kuzihisi hapo awali: tamanio la kuishi mahali pamoja milele. Maisha yake Santiago na yule msichana mwenye nywele zenye weusi uliong'aa, yangeshamiri.

Baba-mtu hatimaye aliibuka, akamtaka Santiago awanyoe kondoo wanne. Alilipia tita la sufi zilizonyolewa, akamtaka Santiago arejee mwakani.

✧·✧·✧

Sasa zilibaki siku nne tu kabla ya kutia mguu tena katika kijiji kile kile. Mbubujiko wa msisimko na tashwishi ulimvaa sawia: labda yule msichana alishamtosa katika dimbwi la sahau. Wachungaji kondoo chungu nzima walipitia kijiji hicho wakichuuza sufi zao.

"Ah! Sijali kitu," Santiago aliwatamkia kondoo wake. "Ninajuana na wasichana wengine katika vijiji vingine."

Lakini ndani ya chembe cha moyo wake Santiago alitambua hisia zake zilinadi kinyume chake. Na alijua kwamba wachungaji kondoo, kama mabaharia na watumishi wa mauzo wanaosafiri, daima walitia nanga katika mji ambako palikuwa na mtu aliyewatia kitanzi cha upendo, akizima furaha ya kutangatanga bila purukushani.

Magharibi ilinukia na Santiago aliwachunga kondoo wake akiwaongoza wafuate mkondo uliokabiliana na jua. Aliwaza, 'Kondoo wangu hawana haja kamwe ya kufanya maamuzi. Labda ndio maana daima hubaki karibu yangu.'

Kilichowashughulisha wale kondoo kilikuwa chakula na maji. Madamu Santiago alijua jinsi ya kuwachunga hadi malisho bora katika bara la Andalusia, basi urafiki ungeshamiri kati yao.

Ni kweli, siku zao zilikatika bila mikasa mipya na kilichoonekana kama saa zisizo na kikomo kati ya macheo na machweo; kondoo wale hawakusoma kitabu utotoni mwao kamwe wala hawakuelewa usimulizi wa Santiago juu ya mandhari za miji. Walitosheka tu na chakula na maji na kwa upande wao, jamala yao ilikuwa kumtunuku mchungaji kondoo sufi yao, joto lao na mara moja moja, nyama yao.

'Nikigeuka jitu siku moja nikaamua niwachinje wote, mmoja mmoja, watazindukana tu baada ya wengi wao kuchinjwa,' Santiago aliwaza. 'Wananiamini, na wamesahau jinsi ya kutegemea silika zao kwa sababu mimi ni dira yao ya lishe yao.'

Mkondo ule wa mawazo ulimshangaza Santiago. Labda lile kanisa na mkuyu ulioota ndani yake, liliingiliwa na pepo mbaya. Mawazo yale yalimfanya aote ndoto ile ile kwa mara ya pili, ikapalilia hisia za ghadhabu dhidi ya wenzi wake waaminifu. Santiago alibugia mkupuo wa mvinyo uliobaki baada ya chakula chake cha jioni cha jana yake na akalisogeza kabuti lake mwilini. Alitambua kuwa saa chache tokea wakati ule jua likipanda hadi utosini, joto litafukuta mno kiasi cha kushindwa kuwachunga kondoo wake malishoni. Ilikuwa wakati ambapo taifa zima la Uhispania lilijipumzisha usingizini wakati wa kiangazi. Hari ya jua ilifukuta siku kutwa hadi jua lilipozama upeoni na wakati wote huo ilimbidi abebe kabuti lake.

Lakini wazo lilipomgota la kulalamikia uzito wake, Santiago alikumbuka kwamba kabuti hilo ndilo lililomkinga wakati baridi ya alfajiri ilipozizima.

'Lazima tujiandae kwa mabadiliko,' Santiago aliwaza. Alilishukuru lile kabuti kwa uzito na wema wake.

Lile kabuti lilikuwa na kazi yake, vivyo hivyo yule mchungaji kondoo. Lengo la maisha yake lilikuwa kusafiri na baada ya miaka miwili ya kutembea na kusharabu mandhari ya maeneo ya Andalusia, aliifahamu miji yote ya Andalusia. Alitia nia safari hii angemweleza yule msichana ilikuwaje hata mchungaji asiye na makuu, akajua jinsi ya kusoma. Na kwamba alihudhuria seminari hadi alipotimu umri wa miaka kumi na sita. Wazazi wake walimtaka Santiago ainukie kuwa kasisi akipelekea familia hiyo ya kawaida ya wakulima kuwa na kigezo cha kujionea fahari. Wazazi hao walijisulubisha na kazi ngumu ili kujitarazaki na chakula na maji tu mithili ya kondoo wake. Santiago alisomea Kilatini, Kihispania na masomo ya dini. Lakini tangu utotoni, cheche zilitatarika moyoni mwake za kutaka aufahamu ulimwengu na kwamba ndoto hiyo ilipindukia umuhimu wa kumfahamu Mungu na kujifunza dhambi za binadamu. Jioni moja Santiago alipoitembelea familia yake, alijikakamua na kwa ushupavu wa kutosha akamtobolea wazi baba yake kwamba hakutaka kujivalisha kofia ya ukasisi. Alitaka kuwa msafiri.

❖ ❖ ❖

"Mwanangu, watu kutoka kila pembe ya dunia wametembelea kijiji hiki," baba yake alimtamkia.

"Wanakuja katika msako wa vitu vipya, lakini wakiondoka, kimsingi wanabaki vile walivyokuwa walipowasili. Wanakwea milima kutazama ngome na huishia wakifikiria kuwa enzi ya zamani ni bora kuliko tuliyo nayo hivi leo. Wana nywele za Kizungu au ngozi nyeusi, lakini kimsingi ni sawasawa na watu wanaoishi hapa."

"Lakini mimi ninatamani kuona ngome za miji wanakoishi," Santiago alitamka.

"Watu hao, wakati wakiona ardhi zetu, husema wanataka kuishi hapa milele," baba yake aliendelea.

"Ni kweli, hata mimi ningependa kuziona ardhi zao na kuona jinsi wanavyoishi," Santiago alijibu.

"Watu wanaokuja hapa wana hela chungu nzima za matumizi kwa hiyo wana uwezo wa kusafiri," baba yake alimjibu.

"Miongoni mwetu wale tu ambao wanaweza kusafiri ni wachungaji kondoo."

"Basi kama ni hivyo, nami nitakuwa mchungaji!"

Baba yake alinyamaa kimya. Siku ya pili yake baba-mtu alimpa Santiago mkoba uliokuwa na sarafu tatu za kale za dhahabu za Uhispania.

"Hizi niliziokota mbugani siku moja. Nilizihifadhi nikizitaka ziwe fungu la urithi wako. Zitumie ununue kundi la kondoo. Wachukue malishoni na siku moja utakuja kuungama kwamba ardhi zetu ndio bora zaidi na wanawake wetu ndio warembo kupindukia."

Na alimwombea mwanawe Mungu ambariki. Santiago aliona machoni mwa baba yake cheche za tamanio la kuwa msafiri wa dunia - cheche zilizokuwa bado hazijafifia, licha ya baba-mtu kuzizika, katika mpito wa miaka mingi kutokana na kulemewa na mzigo wa kutafuta maji ya kunywa, chakula na mahali pa kulala pale pale, siku nenda siku rudi.

❖・❖・❖

Upeo wa macho ulikoza kwa miale myekundu na mara jua liliibuka. Santiago alikumbuka ile kumbukizi ya mazungumzo yake na baba yake na furaha ikampuliza moyoni. Tayari alishaona ngome nyingi na kukutana na wasichana wengi (lakini hakuna aliyempiku yule msichana aliyekuwa akimsubiri siku kadhaa tokea sasa). Santiago alimiliki kabuti, kitabu alichoweza kukiuza na kununua kingine na vilevile kundi la kondoo. Lakini zaidi ya yote, kila siku, aliweza kuizimua ndoto yake. Lau ingetokea akinaishwe na mandhari ya bara la Andalusia, angewauza kondoo wake na kujitosa katika maisha ya bahari. Na endapo akiyakinai maisha hayo ya kuabiri baharini, basi angeshajua maisha ya miji mingine na maingiliano na wasichana wengine na kupitia fursa kadhaa zinazopuliza furaha.

'Singemkuta Mungu kwenye seminari,' Santiago aliwaza huku macho yakitazama jua la alfajiri likipanda upeoni.

Kila ilipowezekana, Santiago alitafuta njia mpya ya usafiri. Alikuwa hajawahi kutembelea lile kanisa lililogeuka gofu licha ya kuyatembelea maeneo janibu yake mara kadhaa.

Dunia ilikuwa kubwa kupita kiasi na isiyotembeleka yote. Ilikuwa tu awaachilie kondoo wake wamwamulie maelekezi ya usafiri wa muda na kugundua mahali papya pa kuvutia. Tatizo ni kwamba hata hawatambui kuwa wanapitia njia mpya kila siku. Hawakutanabahi kuwa maeneo ya malisho ni mapya na misimu inabadilika. Kile kilichowatawala ni chakula na maji.

'Labda haya ndio maumbile ya binadamu wote,' Santiago alitafakari. 'Hata mimi, sijamfikiria msichana mwingine tangu nikutane na binti wa yule mfanyabiashara.' Santiago akilitazama jua, alipiga hesabu angeufikia mji wa Tarifa kabla ya saa sita za mchana. Mjini angekibadilisha kitabu chake kwa kingine kinene zaidi kwa kurasa, ajaze chupa yake ya mvinyo, anyoe ndevu na nywele. Ilmuradi ajikwate vyema kwa makutano yake na yule msichana. Wala hakutaka azongeke na uwezekano wa mchungaji mwingine mwenye kundi kubwa zaidi la kondoo awasili kabla yake na kutaka kumposa binti huyo.

'Ni uwezekano wa kuzimua ndoto ikawa kweli ndio huyafanya maisha kuwa na mvuto,' Santiago aliwaza huku macho yake yakitambaa tena juu ya kupanda kwa jua akichapusha hatua. Mara alikumbuka kuwa mjini Tarifa kulikuwa na bibi mmoja mkongwe aliyekuwa mtaalamu wa kufasiri ndoto.

✧ ✧ ✧

Yule bibi mkongwe alimwongoza Santiago hadi nyuma ya nyumba yake. Pazia lenye shanga za rangi mbalimbali Iilikitenganisha chumba hicho na chumba cha wageni. Samani za nyumba hiyo zilijumuisha meza, picha ya Moyo Mtakatifu wa Yesu pamoja na viti viwili.

Yule bibi mkongwe alijikalisha akamwashiria mvulana naye akae. Kisha aliifumbata mikono ya Santiago yote miwili, mikononi mwake akaanza kukariri maombi, kimya kimya.

Maombi yalifanana na yale ya Wajipsi wanaozurura huku na huko. Mvulana huyo tayari alikuwa ameshapata uzoefu wa Wajipsi. Wao pia walikuwa wasafiri lakini hawakuswaga makundi ya kondoo. Watu walisema kwamba maisha ya Wajipsi daima yalikuwa kuhadaa watu. Pia ilisemekana kwamba walikuwa na mkataba na ibilisi na kwamba waliteka nyara watoto na kuwachukua hadi kambi zao zisizofahamika na kuwafanya watumwa wao. Utotoni, Santiago daima aliogopa sana akihofia asije akatekwa nyara na Wajipsi na woga huu wa utotoni ulimvaa tena wakati yule bibi mkongwe alipoifumbata mikono yake mikononi mwake.

'Lakini ametundika picha ya Moyo Mtakatifu wa Yesu,' aliwaza akijaribu kujituliza. Hakutaka mkono wake uanze kutetemeka, ukimwonyesha yule bibi hofu iliyomjaa moyoni. Santiago alikariri kimoyomoyo 'Sala ya Bwana.'

"Inashangaza sana," yule bibi alitamka huku macho yake yakiangaza mikono ya Santiago, halafu alinyamaa kimya.

Dukuduku lilianza kumjaa Santiago. Mikono yake ilianza kutetemeka na yule bibi akauhisi ule mtetemeko. Haraka Santiago aliichopoa mikono yake.

"Sikuja hapa ufasiri alama za viganja vyangu," alitamka huku tayari Santiago akijutia kwenda pale. Alifikiria kwa nukta mbili tatu ingekuwa bora amlipe tu ada yake na kujiondokea bila kupata mwangaza wowote. Alihisi alikuwa ameipa ndoto yake inayomrudiarudia uzito usiostahili.

"Ulikuja ili ufahamu maana ya ndoto zako," yule bibi alisema. "Na ndoto ni lugha ya Mungu. Akizungumza lugha yetu, ninaweza kufasiri alichosema. Lakini akizungumza kwa lugha ya roho, basi ni wewe tu utakayefahamu. Iwe iweje lakini, nitakutoza ada ya kukupa uganguzi huu."

'Nibahatishe hila nyingine,' Santiago aliwaza. Lakini aliamua potelea mbali, atabahatisha. Mchunga kondoo daima hubahatisha uhai wake akikabiliana na mbwa mwitu na ukame na hayo ndio yanayofanya maisha ya mchungaji kuwa na msisimko.

"Nimeota ndoto ile ile mara mbili," Santiago alisema. "Niliota kwamba nilikuwa nikichunga kondoo wangu malishoni wakati mara mtoto mmoja akazuka akaanza kuchezacheza na mifugo yangu. Huchukizwa kuona watu wakifanya kitendo kama hicho kwa sababu kondoo wanaogopa viumbe wasiojuana nao. Lakini watoto daima wanaonekana wana kipaji cha kucheza nao bila ya kondoo kutishika. Sijui kwa nini. Sijui vipi kondoo wanatambua umri wa binadamu."

"Hebu nieleze zaidi juu ya ndoto yako," yule bibi alisisitiza. "Shughuli za mapishi zinaningojea na kwa kuwa wewe una uhaba wa pesa, siwezi kukukidhia muda mwingi."

Santiago alikereka lakini akaendelea na usimulizi wake, "Yule mtoto aliendelea kuchezacheza na kondoo wangu kwa muda. Na mara alinikamata kwa mikono miwili tukapaa hadi piramidi za Misri."

Santiago alitua kidogo kuona kama yule bibi alifahamu piramidi za Misri. Lakini yule bibi hakunena chochote.

"Halafu pale penye piramidi za Misri," Santiago akitamka maneno matatu ya mwisho taratibu ili yule bibi apate kufahamu, "Yule mtoto akaniambia,'Ukija hapa, utakuta hazina iliyofichwa.' Na pindi alipokaribia kunionyesha mahali penyewe hasa, nilizinduka. Mara zote mbili."

Kimya kilimvaa yule bibi kwa muda. Kisha alimkamata tena viganja vya mikono yote miwili akavitalii kwa kina.

"Sasa sitakutoza tena ada," yule bibi alisema. "Lakini ninataka unipe fungu moja kati ya mafungu kumi ya hiyo hazina, endapo utaipata.

Santiago aliangua kicheko, kicheko cha furaha. Sasa angesalimisha matumizi ya hela za akiba yake ndogo kutokana na ndoto juu ya hazina iliyofichwa!

"Bora basi uifasiri ndoto yangu," Santiago alitamka.

"Kwanza apa mbele yangu. Apa kwamba utanigawia fungu moja kati ya mafungu kumi ya hazina yako kama fidia ya kile nitakachokwambia."

Santiago aliapa kwamba angetimiza ahadi. Yule bibi alimtaka aape tena akikabiliana na ile taswira ya Yesu mwenye Moyo Mtakatifu.

"Ni ndoto kwa lugha ya dunia," alitamka. "Ninaweza kuifasiri, lakini fasiri yake ni tata mno. Ndio maana ninahisi kwa nini ninastahili kupewa fungu la kile utakachokipata.

Na hii ndio fasiri yangu. Lazima ufunge safari hadi piramidi za Misri. Mimi kamwe sijazisikia, lakini kama ni mtoto aliyekufichulia, basi ziko. Huko utaikuta hiyo hazina itakayokufanya utajirike."

Santiago alishangaa na kughasika sawia. Hakuhitaji kumtafuta yule bibi mkongwe apate fasiri hiyo. Lakini akakumbuka kuwa hakuwa na haja ya kulipa ada yoyote.

"Sikuwa na haja ya kupoteza wakati wangu kupewa tu fasiri hii," Santiago alisema.

"Nilikudokeza kwamba ndoto yako ilikuwa tata. Ni vitu visivyo na utata maishani ambavyo vina maumbile ya kipekee; ni watu wenye hekima wenye uwezo wa kuzifahamu. Na kwa kuwa mimi si mmoja wao, imenilazimu kutalii fani nyingine kama vile ya kuangalia na kufasiri viganja vya mkono."

"Sasa nitafikaje Misri?"

"Mimi hufasiri ndoto tu. Sijui mbinu ya kuziwivisha. Ndio maana ninawategemea binti zangu kunitarazaki."

"Na itakuwaje endapo nisifike Misri?"

"Basi sitaambulia malipo ya ada yoyote. Wala mkasa huo hautakuwa mara ya kwanza kunisibu."

Yule bibi baadaye alimwamuru Santiago aondoke, akimweleza yule mvulana kuwa tayari alikuwa ameshampotezea muda mwingi.

Santiago alisikitika; akaamua hangekuwa na imani tena kamwe juu ya ndoto. Alikumbuka shughuli kadhaa zikimngoja. Alikwenda sokoni kujipatia riziki, akabadilisha kitabu chake na kununua kingine kilichotutumka zaidi kwa kurasa kisha akajibanza kwenye benchi mle sokoni ambako angeweza kuonja mvinyo wake mpya aliounua.

Siku yenyewe ilifukuta kwa joto na mvinyo uliburudisha. Kondoo walikuwa mpakani mwa mji kwenye zizi la rafiki yake mmoja. Hicho ndicho kilichomvutia kama msafiri; daima alipata marafiki wapya na hakuhitaji kujumuika nao wakati wote. 'Kama mtu akijumuika na watu wale wale usiku na mchana kama ilivyokuwa katika seminari, huishia kuwa sehemu ya maisha ya yule mtu. Na halafu humtaka abadili hulka. Itokeapo mtu hana hulka wanayoitaka wao, hao jamaa hukasirika. Kila mtu anaonekana ana fikira bayana ya jinsi watu wengine wanavyopaswa kuishi lakini hawana tone la fikira juu ya maisha yao.'

Santiago aliamua kusubiri hadi jua lishuke kidogo angani kabla ya kuwachunga kondoo wake hadi malishoni. Siku za kukutana na yule binti wa mfanyabiashara zilibaki tatu kutokea sasa.

Santiago alianza kusoma kile kitabu alichokinunua. Ukurasa wa kwanza moja kwa moja ulianza na usimulizi wa sherehe ya mazishi. Majina ya wahusika yalikuwa magumu mno kuyatamka.

Aliwaza, lau angetunga kitabu, angemtaja mhusika mmoja mmoja ili kumpunguzia msomaji mzigo wa kuhifadhi na kukumbuka majina chungu nzima.

Hatimaye Santiago alipofanikiwa kuzama kwa kina katika usomaji wa kile kitabu, ndivyo alivyozidi kukipenda. Mazishi yalifanyika siku ya mpukutiko wa theluji, na alifurahia hisia za mzizimo wa baridi.

Santiago alipokuwa akiendelea kusoma, mzee mmoja mkongwe alijipachika ubavuni mwake na akajaribu kuamsha gumzo kati yao.

"Jamaa wale wanafanya nini?" yule mzee mkongwe alimtupia Santiago swali huku akielekeza kidole kwenye kundi la watu pale ukumbi wa soko.

"Wanafanya kazi," Santiago alijibu kwa sauti kavu isiyo na hisia, akiashiria kuwa hakutaka usomaji wake ukatizwe.

Ukweli ni kwamba wazo lililotawala akili yake lilikita juu ya kunyoa sufi za kondoo wake mbele ya yule binti wa mfanyabiashara ili aonekane kuwa yeye alikuwa fundi wa kufanya mambo magumu. Tayari picha hiyo ilijifyatua akilini mwake mara nyingi. Kila ilipochanua, yule msichana alizidi kuvutiwa Santiago alipoelezea kuwa wale kondoo ilimbidi awanyoe kutoka nyuma hadi mbele. Pia alijaribu kujikumbusha hadithi tamu tamu za kumsimulia wakati akiwanyoa wale kondoo. Nyingi ya hadithi hizo alikuwa amezisoma vitabuni, lakini alizisimulia kama kwamba zilinyofoka kutoka kurasa za maisha yake. Hangebaini tofauti yoyote kwani yule binti hakujua kusoma.

Huku nyuma yule mzee mkongwe aliendelea na jaribio lake la kuamsha gumzo kati yao. Alisema kuwa alikuwa mchovu na mwenye kiu akimwomba Santiago kama angeweza kumpa angalau mkupuo wa mvinyo.

Santiago alimridhia akamkabidhi chupa yake akitumainia kuwa yule mzee mkongwe angeacha kumsumbua.

Lakini badala yake yule mzee mkongwe alikazania kuamsha gumzo akimwuliza Santiago alikuwa akisoma kitabu gani. Santiago alikaribia kumvunjia adabu yule mzee mkongwe kwa kuhamia benchi jingine lakini baba yake alimwusia zamani kuwa asiwe mtovu wa adabu kwa wazee. Kwa hiyo Santiago alimnyooshea yule mzee mkongwe kile kitabu kwa sababu mbili: kwanza yeye binafsi hakuwa na hakika ya namna ya kutamka anwani yake; na pili, lau yule mzee asingejua kusoma, basi angeona aibu na yeye mwenyewe angejiamulia kuhamia benchi jingine.

"Mmm..." aliguna yule mzee mkongwe, macho yake yakitambaa pande zote za kitabu kama kwamba kilikuwa kitu kigeni. "Hiki ni kitabu muhimu, lakini kinakereketa mno."

Santiago aligutuka. Si kwamba yule mzee mkongwe alijua kusoma tu bali tayari alishakisoma kitabu chenyewe. Na kama kitabu kilimkereketa mtu kama alivyotamka

yule mzee mkongwe, Santiago bado alikuwa na wakati
wa kukibadilisha kwa kitabu kingine.

"Ni kitabu kinachotapika usimulizi ule ule
unaosimuliwa karibu na vitabu vyote vya dunia," aliendelea
yule mzee.

"Kinasimulia jinsi watu wanavyojikongoja katika
kuchagua Kudura zao za Kibinafsi. Na kinahitimisha
mwisho kwa kusema kila mtu anaamini uzandiki mkuu
wa dunia."

"Nifafanulie huo uzandiki mkuu wa dunia ni upi?"
Santiago aliuliza akijaa bumbuazi kubwa.

"Ni huu: mahali fulani katika maisha yetu, hupoteza
dira ya harakati za maisha yetu yakang'atwa na minyororo
ya majaaliwa. Huo ndio uzandiki mkuu wa dunia."

"Mimi bado haujanikumba," Santiago alitamka.
"Walitaka niwe kasisi, lakini mimi nikaamua kuwa
mchungaji kondoo."

"Bora sana uliamua hivyo," alisema yule mzee
mkongwe. "Kwa sababu wewe ni shabiki mkubwa wa
kusafiri."

'Anajua mkondo wa fikira zangu,' Santiago alijiwazia
kimoyomoyo. Yule mzee mkongwe huku nyuma alikuwa
akipekuapekua kurasa za kile kitabu bila kuonyesha
ishara ya kutaka kukirudisha. Santiago aliona nguo
alizovaa yule mzee mkongwe zikiwa ngeni. Alionekana
kama Mwarabu, jambo ambalo lilikuwa la kawaida katika
maeneo yale. Bara la Afrika lilikuwa saa chache tu kutoka
Tarifa na mtu angeweza tu kuvuka lango jembamba la

bahari kwa mashua. Mara nyingi Waarabu walionekana mjini, wakifanya manunuzi na kukariri ibada zao ngeni mara kadhaa kwa siku.

"Unatoka wapi?" Santiago alimtupia swali yule mzee mkongwe.

"Mahali kwingi."

"Haiwezekani mtu mmoja atoke mahali pengi," Santiago alijibu. "Mimi ni mchunga kondoo na nimesafiri mahali kwingi lakini ninatoka mahali pamoja pekee, kutoka mji jirani na ngome ya kale. Hapo ndipo nilipozaliwa."

"Basi tunaweza kusema kwamba mimi nilizaliwa Salem."

Santiago hakuufahamu mji wa Salem ulikuwa wapi wala hakutaka kuuliza akiogopa asionekane mjinga. Macho yake yaliangazia watu sokoni kwa muda; watu walikuwa katika nyendo za pilikapilika wakiingia na kutoka na wote walionekana wametingwa na kazi.

"Hebu nieleze, mji wa Salem ukoje?" Santiago aliuliza akijaribu kudokoa kidokezo fulani.

"Uko kama ulivyokuwa daima."

Tamko la yule mzee mkongwe halikudokeza chochote. Lakini Santiago alijua kuwa Salem haukuwa mji ulioko katika bara la Andalusia. Kama ungekuwa, tayari angekuwa ameufahamu mji huo.

"Na unafanya nini Salem?" Santiago alisisitiza udokozi wake.

"Nini ninachokifanya Salem?" yule mzee mkongwe alimjibu huku akipasua kicheko. "Mimi ni Mfalme wa Salem!"

'Watu hubobokwa na matamko ya kushangaza,' Santiago aliwaza. 'Mara nyingine bora ujinyamazie kimya ukichunga kondoo wako ambao wamefyata ndimi zao. Na bora zaidi, ukiwa umejitenga kando peke yako na vitabu vyako. Vinasimulia hadithi za ajabu mnamo wakati ambapo unatamani kuzisikia. Lakini ukizungumza na watu, wanasema maneno ya ajabu kiasi cha kukuzima usijue jinsi ya kuyaendeleza mazungumzo hayo.'

"Jina langu ni Melchizedek," yule mzee mkongwe alinena. "Una kondoo wangapi?"

"Idadi ya kutosha," Santiago alijibu. Aliweza kuhisi kuwa yule mzee mkongwe alilenga unyofozi zaidi wa kurasa za maisha yake.

"Kama ni hivyo basi tuna tatizo. Ukihisi una idadi toshelevu ya kondoo, basi siwezi kukuauni."

Santiago alihisi hisia zake zinakwangurika. Hakuwa anaomba msaada. Ikizidi yule mzee mkongwe ndiye aliyetangulia kumwomba mkupuo wa mvinyo na aliyeamsha mazungumzo kati yao.

"Nipe kitabu changu,"Santiago alisema. "Nina lazima ya kuwakusanya kondoo wangu na kusonga mbele na uchungaji."

"Nipe fungu moja kati ya mafungu kumi ya kondoo wako," alitamka, "na nitakuambia jinsi ya kuipata hazina iliyofichwa."

Ile ndoto yake ilimgonga Santiago na mara kila kitu kilijitandaza waziwazi mbele yake. Yule bibi mkongwe hakumtoza ada yoyote, lakini yule mzee, labda huenda hata alikuwa mumewe, alikuwa akitafuta mbinu ya kujipatia hela zaidi kwa kubadilishana habari za kitu kisichokuwako. Yule mzee labda alikuwa Mjipsi wa kichotara pia.

Lakini kabla yule Santiago hajafungua kinywa chake, yule mzee mkongwe aliinama, akabeba gongo lake na kuanza kuchorachora juu ya mchanga wa pale sokoni. Kitu angavu kiliakisi nuru kali ya mwanga kutoka kifuani mwake kiasi cha kuyafanya macho yake yaingiliwe na kiwi cha mpito. Akifanya nyendo za kasi zilizopindukia umri wake, alikifunika kitu hicho kisichojulikana kwa chepeo chake. Nuru ya kawaida ya macho pindi ilipomrudia, Santiago aliweza kusoma kile yule mzee mkongwe alichokichora mchangani.

Pale kwenye mchanga wa lile soko la ule mji mdogo Santiago alisoma majina ya baba na mama yake na hata jina la seminari aliyohudhuria. Alisoma jina la binti wa yule mfanyabiashara ambalo hata hakulijua mbeleni, akasoma mambo asiyowahi kamwe kumsimulia mtu yeyote.

❖ ❖ ❖

"Mimi ni mfalme wa Salem," yule mzee mkongwe alijitambulisha.

'Kwa nini mfalme mzima atake kuzungumza na mchungaji kondoo?' Santiago alijiuliza kimoyomoyo akihisi tone la woga na tahayuri.

"Kwa sababu kadhaa. Lakini labda tuseme ya muhimu kabisa ni kufanikiwa kuigundua Hatima yako ya Kibinafsi."

Kauli hiyo Hatima yako ya Kibinafsi ilimtosa Santiago gizani.

'Ni kile ulichotamani daima kukifanikisha. Kila mmoja wakati wa ujana wao, anajua Kudura yake ya Kibinafsi. Wakifikia ngazi hiyo maishani mwao, kila kitu huwa bayana na kila kitu kinaweza kutendeka. Hawaogopi kufuga ndoto na kutamani kila kitu wanachotia nia kukiona kikidhihirika katika maisha yao. Lakini katika mpito wa wakati kani isiyojulikana huanza kuwashawishi kuwa kuna vizingiti vigumu vya kukiukwa, kuivisha Kudura zao za Kibinafsi.'

Kauli ile ya yule mzee mkongwe kwa Santiago haikumfichulia busara yoyote. Lakini alijaa shauku ya kutaka kujua ile 'kani isiyojulikana' ilikuwa kitu gani; yule binti wa mfanyabiashara angevutiwa pindi angemsimulia juu ya ile kani!

"Ni kani inayoonekana kama iliyo hasi lakini kwa kweli inakuonyesha jinsi ya kuitekeleza Kudura yako ya Kibinafsi. Huishajiisha roho yako na azma yako kwa sababu kuna ukweli mmoja mkubwa katika sayari yetu: uwe mtu yeyote yule, au chochote kile unachokifanya, unapotia nia halisi ya kupata kitu fulani, ni kwa sababu tamanio hilo lilichipuza katika kitovu cha roho kuu ya ulimwengu. Ndio majaaliwa yako duniani."

"Hata ikiwa unachokitaka ni kuwa msafiri pekee? Au kumwoa binti wa mfanyabiashara tu?"

"Naam, au hata mtafuto wa hazina. Roho Kuu ya Ulimwengu huchanua kutokana na furaha ya binadamu. Na vilevile kutokana na huzuni, husuda na wivu. Kuifanikisha hatima ya kibinafsi ndio wajibu halisi wa mtu. Kila kitu ni kimoja.

"Ukitia nia kufanya jambo, ulimwengu mzima huliivisha."

Kimya kiliwavaa Santiago na yule mzee mkongwe kwa muda huku macho yao yakifuatilia nyendo za watu wa mjini wakiingia na kutoka pale sokoni. Yule mzee mkongwe ndiye aliyepasua kile kimya mwanzo.

"Kwa nini unapenda kuchunga kundi la kondoo?"

"Kwa sababu ninapenda kusafiri."

Yule mzee mkongwe alielekeza kidole kwa mwoka mikate aliyesimama kando ya dirisha lake kwenye pembe moja ya soko. "Alipokuwa mtoto yeye vilevile alitamani kuwa msafiri. Lakini kwanza alinunua duka la kuoka mikate na kujitengea akiba. Akifikia makamo ya utu uzima, angesafiri Afrika kwa mwezi mmoja. Kamwe hakuzindukana kwamba watu wana uwezo wakati wowote wa umri wao, kufanikisha ndoto zao."

"Alipaswa kuwa mchunga kondoo," Santiago alitamka.

"Kwa hakika aliwaza hilo," yule mzee mkongwe alimjibu. "Lakini waoka mikate ni watu muhimu zaidi ya wachunga kondoo. Waoka mikate wana nyumba wakati wachunga kondoo wanalala nje bila paa. Wazazi hupendelea zaidi binti zao kuolewa na waoka mikate badala ya wachunga kondoo."

Mchomo wa maumivu ulimchoma Santiago moyoni akimwazia binti wa mfanyabiashara. Hapana shaka palikuwa na mwoka mikate mjini mwao.

Yule mzee mkongwe aliendelea, "Katika kipindi cha muda mrefu, kile watu wanachowazia juu ya waoka mikate na wachunga kondoo huwa muhimu zaidi kuliko Hatima zao za Kibinafsi."

Yule mzee mkongwe alipekua kurasa mbili tatu za kile kitabu na ukurasa mmoja ulimnasa. Santiago alisubiri kisha akamkatiza kama alivyokatizwa. "Kwa nini unanisimulia haya yote?"

"Kwa sababu unajaribu kufanikisha Kudura yako ya Kibinafsi. Na umesimama njia panda, umekaribia kuitupilia mbali."

"Na mtu anapozongwa na hali hiyo wewe huibuka daima?"

"La hasha! Daima siyo hivyo. Lakini daima huwa ubavuni mwake nikijitokeza katika umbo moja au jingine. Mara nyingine huibuka kama umbo la ufumbuzi au wazo jema. Mara nyingine, mnamo wakati nyeti, huyanyoosha mambo yatiririke vizuri ila mara nyingi watu hawatanabahi kuwa mimi ndiye niliyeyasuka."

Yule mzee mkongwe alihadithia jinsi wiki iliyotangulia, alivyolazimika kuibuka kabla ya mchimba migodi mmoja akijitokeza katika umbo la jabali. Mchimba migodi huyo alikuwa ametupilia mbali kila kitu ili ajizamishe kwenye uchimbaji wa mawe ya zumaridi. Kwa miaka mitano alichimba kwenye mto fulani na alichimbua maelfu ya mawe akisaka zumaridi.

Mchimba migodi huyo alijikuta njia panda akikaribia mno kususia ule uchimbaji. Yaani alifikia mahali ambapo akichunguza jiwe moja tu zaidi — jiwe moja tu zaidi — angegundua zumaridi. Kwa kuwa mchimba migodi huyo alikuwa ametolea mhanga kila kitu kijifunge na kudura yake ya kibinafsi, mzee huyo mkongwe akaamua kuuzamia mkabala huo wa mchimba migodi. Alijigeuza kuwa jiwe la thamani ambalo lilibingirika hadi wayoni mwa mchimba migodi huyo. Yule mchimba migodi, akijaa povu la ghadhabu na usumbufu wa miaka mitano ya jitihada akaambulia patupu, aliliokota lile jiwe akalitupilia mbali kando. Ila nguvu kubwa aliyoitumia katika utupaji wa lile jiwe ukalifanya livunje jiwe jingine; na ndani ya lile jiwe lililovunjika, kito cha zumaridi kilikuwa kiking'aa kwa uzuri na mvuto wa ajabu ulioshinda zumaridi yoyote ile iliyopatikana duniani.

"Watu hujifunza, wakati wa umri wao mchanga, sababu ya uhai wao duniani," alitamka yule mzee kwa uchungu fulani.

"Labda ndio maana vilevile huachilia mbali walichokitamani kukitekeleza mapema mno. Lakini hiyo ndio hali ya dunia."

Santiago alimkumbusha yule mzee mkongwe kwamba alikuwa amemtajia hazina iliyofichwa.

"Hazina hufichuliwa na kani ya mtiririko wa maji na hufukiwa na mikondo hiyo hiyo," alisema yule mzee mkongwe. "Ukitaka kujifunza juu ya hazina yako, itakulazimu unipe fungu moja kati ya mafungu kumi ya kondoo wako."

"Vipi kwa upande wa fungu moja kati ya mafungu kumi ya hazina yangu?"

Yule mzee mkongwe alionekana kidogo hana raha. "Ukianza kutoa ahadi juu ya kile ambacho bado huna mkononi mwako, utapoteza tamanio la kujitahidi ulifanikishe."

Santiago alimwambia yule mzee kwamba tayari alikuwa ameshamwahidi yule Mjipsi fungu moja kati ya mafungu kumi ya hazina yake.

"Majipsi ni hodari katika kuwashawishi watu waafikiane na matakwa yao," yule mzee mkongwe alitamka akishusha pumzi. "Hata hivyo, bora umejifunza kwamba kila kitu maishani kina thamani yake. Hii ndio shabaha Mashujaa wa Mwanga hujaribu kufunza.

Yule mzee alimrudishia Santiago kitabu chake.

"Kesho, majira kama haya, niletee fungu moja la kondoo wako. Na nitakupa siri ya jinsi ya kuipata hazina iliyojificha. Uwe na mchana mwema."

Muda si muda yule mzee mkongwe alitoweka upenuni mwa soko.

❖ ❖ ❖

Santiago alizama tena kitabuni lakini umakinifu ulikuwa umemruka na moyo wake ukidinda na kuzongeka kwa sababu alijua kwamba yule mzee mkongwe alikuwa amesema kweli. Alikwenda duka la mkate akanunua mkate mmoja huku akipigana na mawazo kama amtobolee yule mwoka mikate soga alilopigiwa juu yake na yule mzee mkongwe au la. Alijiwazia kuwa mara nyingine bora kutotibua mambo akaamua kufyata ulimi. Lau angesema chochote, mwoka mikate angefululiza siku tatu akifikiria juu ya kukata tamaa juu ya kila kitu licha ya kwamba tayari alikuwa na uzoefu wa hali ilivyokuwa. Bila shaka Santiago aliweza kujizuia kwa hakika kumtwika yule mwoka mikate mzigo wa mawazo mazito. Kwa hiyo alianza kuzururazurura mjini akajikuta mpakani mwa kuingilia mjini. Pale palikuwa na jengo moja dogo lenye dirisha ambako watu walinunua tikiti za kusafiria hadi Afrika. Na alijua kuwa Misri ilikuwa barani Afrika.

'Nikusaidiaje?" aliuliza mtu aliyekuwa upande wa pili wa dirisha.

"Labda kesho," mvulana alijibu akijiondokea. Kama akiuza kondoo mmoja tu, angekuwa na pesa za kutosha kufika kwenye ufuo wa pili wa lile lango la bahari. Ile fikira ilimchachawiza.

"Mwota ndoto mwingine," mwuza tikiti alimtamkia msaidizi wake, akimwangalia yule kijana akielekea mbali nao. "Hana ngwenje za kutosha za kusafiri."

Wakati akisimama mbele ya dirisha la kununua tikiti, mawazo ya kondoo wake yalimgota kichwani akaamua arudie kuwa mchunga kondoo.

Katika miaka miwili, Santiago alikuwa amemudu kila kipengee cha uchungaji kondoo: alijua jinsi ya kunyoa sufi ya kondoo, jinsi ya kuwatunza kondoo jike wenye mimba, na jinsi ya kuwalinda kondoo dhidi ya mbwa mwitu. Alijua maeneo yote ya malisho na tambarare ya Andalusia. Na alifahamu thamani ya bei ya haki kwa kila mnyama wake.

Aliamua kurejea hadi zizi la rafiki yake kupitia mkondo wa masafa marefu zaidi. Alipopitia mbele ya ngome ya mji, alikatiza marejeo yake na akapanda ngazi ya mawe iliyompandisha hadi juu ya ukuta. Kutoka pale juu, mbali upeoni aliweza kuona bara la Afrika ambako machotara wa Kiberiberi na Kiarabu walikuja kuitawala nchi nzima ya Uhispania.

Kutoka mahali alipojikalisha, macho yake Santiago yaliweza kuona mandhari ya mji mzima mkiwemo lile soko ambako alizungumza na yule mzee. Aliwaza akiulaani ule wakati alipokutana na yule mzee. Yeye alikuja tu mjini kumtafuta yule bibi mkongwe ambaye alikuwa na uwezo wa kufasiri ndoto yake. Hakuna kati ya yule bibi mkongwe na yule mzee waliosifu kuwa yeye alikuwa mchungaji. Kila mmoja alikuwa na ulimwengu wake ambao haukuwa na imani na vitu na wala hawakuwa na fahamu juu ya tanzu za mshikano kati ya mchungaji na kondoo wake. Yeye alijua maumbile yote ya kila kondoo wake: alijua kondoo gani walikuwa walemavu na kondoo yupi angezaa katika kipindi cha miezi miwili tokea wakati huo, na yupi alikuwa mzembe. Alijua jinsi ya kuwanyoa na jinsi ya kuwachinja. Lau siku moja angeamua kuwaacha, basi wangeteseka.

Upepo ulianza kuvuma zaidi. Santiago aliujua ule upepo: watu waliuita *levante* kwa sababu ndio uliowawezesha machotara wa Kiberiberi na Kiarabu kuja kutoka Levant, eneo lililokuwa mashariki mwa bahari ya Mediterania.

Upepo wa *levante* ulishika kasi zaidi. Santiago aliwaza, 'Mimi huyu hapa, ninabembea kati ya kondoo wangu na hazina yangu.' Mvulana ilimbidi achague kati ya kitu alichokizoea na kitu alichokiotea ndoto. Vilevile kulikuwa na suala la yule binti wa mfanyabiashara, lakini hakuwa muhimu kuliko kondoo wake kwa sababu msichana huyo hakumtegemea. Ikizidi binti huyo huenda asimkumbuke kabisa: kwake, kila siku ilikuwa sawa na nyingine na wakati siku hazitofautiani, ni kwa sababu watu wanashindwa kutambua vitu vilivyo vyema vinavyotendeka katika maisha yao ya kila siku ambazo jua hupanda juu.

Nilimwacha kisogoni baba yangu, mama yangu na ngome ya mji wangu. Santiago aliwaza, 'Pia wamezoea kutokuwako kwangu pamoja nao.'

Pale alipokaa, macho yake yaliweza kuuona karibu ukumbi mzima, mkiwemo nyendo za sokoni. Watu bado walikuwa mbioni wakiingia na kutoka duka la mwoka mikate. Mvulana mmoja na mpenzi wake, walikaa kwenye lile benchi alikozungumza na yule mzee na walibusiana.

'Ah! Yule mwoka mikate...' Santiago alijitamkia moyoni bila kumaliza wazo lake. Upepo wa Mediterania wa *levante* ulivuma zaidi na akahisi mchapo wake usoni. Upepo ule kweli uliwaleta machotara wa Kiberiberi na Kiarabu, lakini pia ulileta harufu ya jangwa na ya wanawake waliovalia utaji. Ulikuwa umepuliza jasho na ndoto za wanaume ambao wakati mmoja waliondoka katika msako wa visivyojulikana na dhahabu na maisha ya vituko - na Piramidi. Santiago aliuonea wivu uhuru wa upepo ule akatamani na yeye awe na uhuru kama huo.

Hakuzuiliwa na kitu chochote isipokuwa yeye mwenyewe. Wale kondoo, yule binti wa mfanyabiashara, na bara la Andalusia zilikuwa hatua za njiani katika kuelekea katika Hatima yake ya Kibinafsi.

Siku ya pili yake Santiago alikutana na yule mzee mkongwe saa sita za adhuhuri. Alileta kondoo sita.

"Nimeshangaa," Santiago alisema. "Rafiki yangu alinunua kondoo wote waliobaki papo hapo. Alisema daima alikuwa amefuga ndoto ya kuwa mchunga kondoo na kwamba ilikuwa dalili njema."

"Hivyo ndivyo maisha yanavyokwenda daima," alitamka yule mzee mkongwe. 'Inaitwa kanuni ya fadhila. Unapocheza karata kwa mara ya kwanza, hudhani utashinda tu. Bahati ya mchezaji wa mara ya kwanza."

"Kwa nini iwe hivyo?"

"Kwa sababu kuna kani inayokutaka ufanikishe Hatima yako ya Kibinafsi; huchochea shauku yako kwa mwonjo wa ufanisi."

Kisha yule mzee mkongwe alianza kukagua wale kondoo, akagundua kuwa mmoja ni mlemavu. Kijana alitetea kwamba kilema kile hakikuwa muhimu kumhusu yule kondoo kwani ndiye aliyewapiku wenzake wote kwa akili na ndiye aliyezalisha sufi kuwashinda wote.

"Hazina iko wapi?" kijana alimtupia swali yule mzee.

"Iko Misri, karibu na Piramidi."

Santiago alishtuka. Yule bibi mkongwe pia alisema vivyo hivyo. Lakini hakumtoza hata senti moja.

"Ili uipate hazina hiyo, itakubidi uziandame ishara hizo. Mungu ameandalia kila mtu njia za kufuata. Itakubidi uzifahamu ishara hizi alizokuteremshia."

Kabla Santiago hajaweza kumjibu, mara kipepeo alitokeza akipeperuka kati yake na yule mzee mkongwe. Kumbukizi ya babu yake ilimfunukia: kwamba vipepeo walikuwa ishara njema. Kama nyenze, na kama panzi; kama mjusi na mkarafuu wenye majani ya pembe nne. Zote zilikuwa ishara njema.

"Barabara kabisa," alitamka yule mzee mkongwe akiweza kuchota mtokoso wa mawazo ya Santiago. "Kama alivyokuusia babu yako, hizi ni dalili njema."

Yule mzee mkongwe alifungua chepeo chake na alichokiona Santiago kilimpiga bumbuazi. Yule mzee mkongwe alivaa kifuani sahani ya dhahabu nzito iliyopachikwa mawe ya thamani. Santiago alikumbuka ile nuru kali ya mwanga aliyoishuhudia jana yake.

'Hakika ni mfalme! Lazima akiuficha ufalme wake kuepukana na majangili.'

"Chukua haya mawe," yule mzee mkongwe alisema huku akidondoa jiwe jeupe na jiwe jeusi, mawe yaliyopachikwa katikati ya ile sahani ya kifuani. "Yanaitwa Urimu na Thumimu. Jeusi linatambulisha 'ndiyo' na 'jeupe 'siyo.' Ishara zitakapokushinda kuzifasiri, yatakupambanulia. Daima uliza swali la kupekechua mambo kwa kina.

Lakini, ukiweza, jaribu kufanya maamuzi yako mwenyewe. Hazina ipo kwenye Piramidi; hilo tayari ulikuwa unalijua. Lakini ilinilazimu kushikilia malipo ya kondoo sita kwa sababu nilikusaidia kufikia uamuzi wako."

Santiago aliyapachika yale mawe mkobani mwake. Tokea wakati huo angefanya maamuzi yeye binafsi.

"Usisahau kwamba kila kitu unachoshughulika nacho ni kitu kimoja na hapana kinginecho. Na usisahau lugha ya ishara. Na juu ya yote hayo, usikose kuandama kudura yako ya kibinafsi hadi uifanikishe. Lakini kabla sijakuacha, ninataka kukusimulia kisa kimoja kifupi.

'Mchuuzi mmoja wa duka alimtuma mwanawe kwa bwana mmoja aliyetambulika duniani kwa wingi wa hekima, ajifunze siri ya furaha. Yule mvulana alitangatanga jangwani kwa siku arubaini na hatimaye akashtukia amefikia ngome nzuri ajabu iliyojikita kileleni mwa mlima. Mahali hapo ndipo palikuwa makaazi ya yule bwana mwenye hekima.

Badala ya kumtafuta yule mtu mtukufu, ingawaje, shujaa wetu alipotia mguu ndani ya ngome ile, aliona wingi wa harakati za watu: wafanyabiashara wa kiume wakiingia na kutoka, watu waliojibanza pembezoni mazungumzoni, kundi dogo la okestra likiporomosha muziki mwanana, na palikuwa na meza iliyofunikwa kichanja cha vyombo vilivyoandaa vyakula vitamu vya eneo lile. Yule bwana mwenye hekima alizungumza na kila mtu na mvulana wetu ikambidi angoje kwa saa mbili kabla ya kupata zamu ya kuzungumza naye.

Yule bwana alitega masikio akasharabu maelezo ya yule shujaa wetu juu ya nini kilichomfikisha pale, lakini yule bwana akamwambia kuwa hakuwa na wasaa wakati ule wa kumfunulia siri ya furaha. Alipendekeza yule shujaa azunguke huku na huko pale kasrini na arejee baada ya saa mbili.

'Hebu kwa sasa ninataka nikuagizie ufanye jambo fulani,' yule bwana mwenye hekima alisema huku akimnyooshea kijiko cha chai kilichopakata matone mawili ya mafuta. 'Utakapokuwa ukizunguka zunguka, beba hiki kijiko bila kuyaachilia hayo mafuta yamwagike.'

Yule mvulana akaanza kupanda na kushuka ngazi chungu nzima za ile kasri, huku macho yake yasibanduke kwenye kile kijiko.

Baada ya mpito wa saa mbili alirudi pale alipokuwa yule bwana mwenye hekima.

'Vipi,' aliuliza yule bwana mwenye hekima, 'uliona mapambo ya sufi ya Kiajemi yakining'inia katika ukumbi wangu wa chakula? Uliona bustani lililomchukua fundi mkuu wa kuandaa bustani miaka kumi kulisanifu? Uliona karatasi za ngozi zinazovutia sana katika maktaba yangu?'

Mvulana alitahayari, akaungama kwamba hakuviona vitu hivyo. Jambo lililomshughulisha sana lilikuwa kutomwaga yale mafuta aliyokabidhiwa na yule bwana mwenye hekima.

'Basi rudi na ukachunguze maajabu ya ulimwengu wangu,' alitamka yule mzee mwenye hekima. 'Huwezi kumwamini mtu kama hujui nyumba yake imekaaje.'

Yule mvulana alishusha pumzi kwa kutulizika, akabeba kile kijiko na kurejea katika utalii wa ile kasri, safari hii akisharabu kazi zote za sanaa zilizotundikwa darini na kutani. Aliona mabustani, milima iliyomzingira, uzuri wa maua, na upeo wa kipaji cha jinsi kila pambo lilivyochaguliwa. Baada ya kurejea kwa yule bwana mwenye hekima, alielezea kinagaubaga kila pambo aliloliona .

'Lakini yako wapi matone ya mafuta niliyokukabidhi?' aliuliza yule bwana mwenye hekima.

Macho ya yule kijana yalitua kwenye kile kijiko alichokishikilia yakaona kuwa kijiko kilikuwa kitupu.

'Basi, nitakupa dondoo moja tu la ushauri' alitamka yule bwana mwenye hekima za kupindukia. 'Siri ya furaha ni kuona maajabu yote ya dunia na bila kusahau matone ya mafuta yaliyomo kwenye kijiko.'"

Mvulana mchungaji hakutamka neno. Alikuwa amefahamu kile kisa alichosimuliwa na yule mfalme mkongwe. Mchungaji huenda akapenda kusafiri lakini katu asiwasahau kondoo wake.

Yule mzee mkongwe alimtazama Santiago na huku mikono yake imefumbatiana, aliiyumbisha kwa ishara ngeni juu ya kichwa cha Santiago. Halafu, akichukua kondoo wake, akaenda zake.

❖ · ❖ · ❖

Kileleni mwa kilima cha mji wa Tarifa, kuna ngome nzee iliyojengwa na watu wenye asili ya Kiberiberi na Kiarabu. Juu ya kuta zake, upeoni mtu anaweza kuiona ardhi ya Afrika. Mchana ule, Melchidezek, mfalme wa Salem alikuwa kitakoni juu ya ukuta wa ile ngome akiuhisi upepo wa levante ukipapasa uso wake. Karibu yake kondoo wake walihangaika, kutokana na ugeni wa kutomjua mchungaji wao mpya na kuchachawizwa na mabadiliko hayo makubwa. Kile walichotaka kilikuwa chakula na maji.

Macho ya Melchidezek yaliangazia meli ndogo iliyokuwa ikipasua maji ya bahari taratibu ikiondoka bandarini. Asingemwona tena kamwe yule mvulana kama alivyokosa kumwona tena Abraham baada ya kumtoza ada yake ya fungu moja kati ya mafungu kumi. Hiyo ndio ilikuwa shughuli yake.

Miungu haipaswi kuwa na matamanio kwa sababu haina kudura maishani. Lakini Mfalme wa Salem alikuwa na matumaini madogo kwamba yule kijana angefanikiwa.

'Ah! Maskini! Bahati mbaya kwamba yule mvulana atalisahau jina langu' alijiwazia, 'Nilistahili kumkariria jina langu. Kisha kama akizungumza juu yangu, anitaje kwa jina Melchizedek, mfalme wa Salem.'

Macho ya yule mfalme wa Salem yaliinuka yakatazama angani, hisia za kutahayari zikimvaa akatamka, 'Ninajua ni kujivuna kwa majivuno, kama ulivyosema Ewe Baba Mtakatifu. Lakini mfalme mkongwe anapaswa kujivalisha kilemba cha fahari.'

◇ · ◇ · ◇

'Lo! Mandhari ya Afrika mageni yaliyoje!" Santiago aliwaza. Alikuwa amejituliza ndani ya baa iliyofanana na baa nyingine alizoziona akitembea kwenye njia nyembamba za mji wa Tangier. Baadhi ya wanaume walikuwa wakivuta kwa zamu, buruma kubwa. Katika muda wa saa chache alikuwa ameona wanaume wakitembea huku wameshikana mikono, wanawake waliojifunika sura zao na makasisi ambao walipanda juu ya minara wakikariri matamko ya ibada wakati kila mtu aliyekuwa karibu naye, alipiga magoti na kutuliza vipaji vya vichwa vyao ardhini.

'Ibada za makafiri,' alijitamkia. Alipokuwa mtoto kanisani, daima aliitazama taswira ya Mtakatifu Santiago Matamoros akiwa amempanda farasi wake mweupe, upanga wake ukijifutika kwenye ala yake na waumini kama hao wakipiga magoti hadi nyayoni mwake.

Santiago mara alijihisi mgonjwa na kubanwa na upweke mkubwa. Makafiri walikuwa na sura nyovu.

Mbali na haya, katika hekaheka za safari zake, alikuwa amesahau jambo moja, moja, tu ambalo lingeweza kuwa kizingiti kwa muda mrefu dhidi ya mwandamo wa hazina yake: Kiarabu kilizungumzwa nchini humo.

Mwenye baa alimkaribia na Santiago alinyoosha kidole kulikokuwa kinywaji juu ya meza iliyokuwa kando yake. Ilikuwa chai chungu. Santiago alipendelea mvinyo.

Lakini hakuwa na haja ya kuwa na wasiwasi wowote wakati huo. Kile ambacho alistahili kukipa kipaumbele kilikuwa ile hazina yake na mikakati gani ya kuipata. Mauzo ya kondoo wake yalitunisha mkoba wake kwa hela, na Santiago alitambua kuwa pesa zilikuwa na nguvu za kichawi; yeyote mwenye kitita kinono cha pesa daima habaki peke yake. Labda, pengine baada ya siku chache tu, angefikia Piramidi. Mzee mkongwe asingemdanganya ili ajipatie kondoo sita pekee.

Yule mzee mkongwe alikuwa amemtajia azingatie alama na ishara na wakati Santiago akivuka lango la bahari, alitafakari juu ya ishara. Kweli yule mzee mkongwe alikuwa anafahamu kile alichokizungumzia: wakati yule Santiago alipokuwa katika maeneo ya malisho kwenye tambarare la Andalusia, alikuwa ameshapata uzoefu wa kujifunza njia gani ya kuiandama kwa kuchunguza ardhi na anga.

Aligundua kwamba kuwako kwa ndege fulani kulimaanisha kuna nyoka kwenye maeneo janibu, na kwamba kichaka fulani kiliashiria palikuwa na chimbuko la maji katika eneo hilo. Wale kondoo ndio waliomfunza ishara hizo.

Ikiwa Mungu amewajalia kondoo kipaji kikubwa namna hiyo, basi aliwaza, sembuse binadamu? Wazo hilo lilimkunjua moyo. Uchungu wa ladha ya chai nao ulionekana umepunguka.

"Wewe nani?" alisikia sauti ikimwuliza kwa Kihispania. Wasiwasi ulimtoka. Fikira zake zilikuwa zimezama kwenye ishara na mara mtu ameibuka.

"Mbona unakicharaza Kihispania?" Santiago aliuliza. Mgeni aliyeibuka alikuwa kijana aliyevalia nguo za kimagharibi, lakini rangi ya ngozi yake ilitambulisha kuwa alikuwa mkazi wa mji ule. Alikuwa amekaribiana sana na makamo na urefu wa yule Santiago.

"Karibu kila mtu katika mji huu anakicharaza Kihispania. Tupo masafa ya saa mbili tu kutoka bara la Uhispania."

"Hebu kaa basi na acha nikutunukie kinywaji hivi," Santiago alimrai. "Na usikose kuniagizia glasi ya mvinyo. Hii chai si tamu hata kidogo."

"Nchi hii haina mvinyo," yule kijana mgeni alitamka. "Dini inakataza kunywa mvinyo."

Santiago alimwambia yule kijana mgeni kwamba alikuwa ameazimia kwenda hadi kwenye Piramidi. Alikuwa nusura aanze kumweleza juu ya hazina yake lakini akaamua kuikumbatia siri yake. Lau angeibwaga, ingewezekana kuwa yule Mwarabu angetaka fungu la ile hazina yake kama malipo ya kumfikisha kule.

Santiago alikumbuka kile alichousiwa na yule mzee mkongwe juu ya kumtolea mtu kitu ambacho bado hakijaingia mikononi mwako.

"Ukiweza, ningependa uniongoze hadi huko. Ninaweza kukulipa uwe kiongozi wangu."

"Una kidokezo chochote cha jinsi ya kufika huko?" mvulana mgeni aliuliza.

Santiago alifahamu kuwa mwenye baa alikuwa amewanyemelea kando, huku masikio yake yakitega mazungumzo yao. Hakuwa na raha kumwona amesimama kando yao. Lakini haikujalisha kitu kwani alikuwa amepata kiongozi na hakutaka fursa hiyo imponyoke.

"Itakubidi uvuke Jangwa zima la Sahara," mvulana mgeni alijibu. "Na kufanikisha hilo itakubidi uwe na kitita kinono. Ninahitaji kujua kama una pesa za kutosha."

Santiago alistaajabishwa na lile swali. Lakini alimwamini yule mzee mkongwe ambaye alimwusia ukitia nia kufanya jambo, ulimwengu mzima huliivisha.

Santiago alitoa hela kutoka mkoba wake akamwonyesha yule kijana mgeni. Mwenye baa aliwajongelea zaidi akalipiga darubini tukio hilo pia. Mwenye baa na yule kijana mgeni waliparurana kwa Kiarabu huku mwenye baa akionekana amekereka.

"Hebu tujiondokee zetu kutoka hapa," aliagiza yule kijana mgeni. "Mwenye baa anatutaka tuondoke."

Santiago alitulizika. Aliinuka kwenda kulipa gharama za vinywaji vyao lakini mwenye baa alimkamata kwa nguvu akaanza kubobokwa kwa hasira maneno chungu nzima. Santiago alikuwa na nguvu na akataka kumlipiza kisasi lakini alikuwa ugenini.

Rafiki yake mpya alimvuta kando mwenye baa na akamvuta Santiago hadi nje. "Alitaka pesa zako," alisema. "Tangier si kama miji mingine ya Afrika. Mji huu ni bandari na kila bandari imejaa wezi."

Santiago alimwamini rafiki yake mpya. Alikuwa amemwepua kutoka hali ya hatari. Alitoa hela zake akazihesabu.

"Tunaweza kufika Piramidi kufikia kesho," alitamka yule mvulana mgeni akipokea zile hela. "Lakini ninahitaji kununua ngamia wawili."

Walitembea bega kwa bega wakipitia vichochoro vya mji wa Tangier. Vibanda vilitapakaa kila mahali vikinadi vitu kwa bei nafuu. Walifika kitovu cha soko kwenye uwanja mkubwa wa mnada wa bidhaa mbalimbali. Umati kwa maelfu ulisongamana hapo, wakibishania bei, wakichuuza na wakinunua: mboga za bei nafuu zilizochanganyana na majambia, mazulia yaliyotandazwa pamoja na tumbaku. Lakini wakati wote huo macho yake hayakubanduka juu ya rafiki yake mpya. Kwani yeye alikuwa amebeba pesa zake zote. Wazo lilimpitikia amwambie amrudishie zile pesa lakini aliamua kuwa kufanya hivyo kungejengua urafiki wao. Hakufahamu asilani desturi za nchi ile ngeni aliyokuwamo.

"Nitamkurunzi tu," alijiambia mwenyewe. Alijua pia kuwa alimzidi nguvu huyo rafiki mpya.

Mara mnamo pilikapilika za vurugu za harakati pale sokoni, macho yake yalitua juu ya upanga ambao uzuri wake hakuwahi kuuona. Ala yake iligandamiziwa fedha na mkono wake ulikuwa mweusi na umefunikwa na mawe ya thamani.

Santiago alijiahidi kimya kimya kwamba wakati wa marejeo yake kutoka Misri angeununua ule upanga.

"Hebu niulizie mwenye kile kibanda, upanga ule ni bei gani?" Santiago alimwomba rafiki yake.

Mara alizindukana kwamba macho yake yalikuwa yameacha kumtazama yule rafiki yake kwa dakika mbili tatu kutokana na mnato wa ule upanga. Moyo wake ulinywea kama kwamba kifua chake ghafla kilikuwa kimekandamizwa. Aliogopa kugeuza kichwa chake kwa sababu alijua atakachokiona. Aliendelea kwa muda kuukodolea macho ule upanga mpaka alipojipiga moyo konde na kugeuza kichwa chake.

Macho yake yalitambaa na kila mahali palipomzunguka yaliona soko huku watu wakiwa mbioni wakiingia na kutoka, wakipaaza sauti na kununua vitu na harufu ngeni ya vyakula... lakini katu hayakumwona rafiki yake mpya.

Santiago alitaka kuamini kwamba rafiki yake aliachana naye kwa bahati tu. Aliamua kubaki pale pale na kungojea marejeo ya rafiki yake mpya. Wakati alipomsubiri, kasisi mmoja alipanda juu ya mnara mmoja uliokuwa karibu naye na akaanza kukariri ibada; kila mmoja pale sokoni alijikunja na kupiga magoti, akituliza paji lake ardhini na kuitika ibada ya yule kasisi. Na kama msururu wa sisimizi, watenda kazi waling'oa vibanda vyao na kuondoka.

Jua nalo liliagana na mchana na kuzama upeoni. Santiago alilitazama kupitia tao la mtupo wake angani kwa muda mpaka jua lilipozama nyuma ya majumba meupe yaliyouzunguka ule uwanja wa soko. Alikumbuka jinsi jua lilipopambazuka asubuhi ile, alikuwa bara tofauti akitazamia makutano yake na msichana mmoja. Asubuhi ile alikuwa na fahamu juu ya kila kitu kilichokuwa kikimsibu wakati akitembea kupitia maeneo aliyoyafahamu vilivyo. Lakini sasa, giza la magharibi likinukia, alikuwa nchi tofauti, mgeni katika ardhi ngeni ambako hata lugha hakuimudu. Kofia ya uchungaji kondoo alikuwa ameivua na hakuwa na chochote, hata pesa za kurudia na kuanza upya maisha yake ya zamani.

Santiago alijiwazia: 'Masaibu hayo yalimkumba kati ya macheo na machweo ya jua.' Alijisikitikia na kujutia jinsi uhalisia wa maisha ulivyopinduka juu chini kwa mpigo na kuyatibua kabisa maisha yake.

Aibu ilimvaa kiasi cha kutaka kulia. Alikuwa hajadiriki kamwe kulia mbele ya kondoo wake. Lakini uwanja wa soko ulikuwa mtupu na alikuwa mbali na nyumbani kwake, kwikwi ya kilio ikambana akalia. Alilia kwa sababu Mungu hakumtendea haki na kwa sababu hivi ndivyo Mungu alivyowalipa wale waliokuwa na imani juu ya ndoto zao.

'Nilipokuwa na kondoo wangu maisha yangu yalipuliza furaha na niliwafanya wale waliojumuika nami kuwa na furaha. Watu waliniona nikija na wakanikaribisha. Lakini sasa nimegubikwa na huzuni na upweke. Na moyo utajaa uchungu na kutoamini watu kwa sababu mtu mmoja amenihadaa. Nitachukia wale ambao wamepata hazina zao kwa sababu mimi sikufanikiwa kamwe kuipata yangu. Na nitang'ang'ania tu kile nilichobaki nacho kwa sababu sina umuhimu wowote wa kuitawala dunia.'

Santiago alifungua mkoba wake kuona kilichosalia ndani; labda mlikuwa na mabaki madogo ya kipande cha mkate alioula melini. Lakini alichoambulia kukiona kilikuwa kile kitabu kinene, kabuti lake na yale mawe mawili aliyopewa na yule mzee mkongwe.

Alipoyatazama yale mawe ya thamani kidogo moyo wake ulitulizana kwa sababu moja au nyingine.

Alikuwa amebadilishana kondoo sita kwa yale mawe mawili ya thamani ambayo yule mzee mkongwe alikuwa ameyadondoa kutoka sahani yake ya dhahabu kifuani. Angeyauza na kununua tikiti ya kurejea nyumbani. Santiago aliwaza: 'Lakini safari hii nitakuwa mwerevu zaidi,' huku akitoa yale mawe kutoka mkobani ili aweze kuyafutika mfukoni. 'Huu ni mji wa bandari na kile cha ukweli alichoambiwa na yule rafiki aliyemwangusha ni kwamba miji ya mabandari imejaa wezi.'

Sasa ukweli ulimgonga kwa nini yule mwenye baa alikuwa amekasirika sana: alikuwa akijaribu kumzindua asimwamini yule kijana mgeni. 'Mimi kama binadamu wengine, huutazama ulimwengu kwa mtazamo wa kile ninachotaka kitendeke, sio kile kinachotokea kwa uhalisia.'

Vidole vyake Santiago taratibu viligusagusa yale mawe akihisi joto na sura ya yale mawe.

Yalikuwa hazina yake. Kuyagusagusa tu yale mawe kulimkunjua moyo. Yalimkumbusha yule mzee mkongwe. "Ukitia nia kufanya jambo, ulimwengu mzima huliivisha," alikuwa amemweleza.

Santiago alikuwa akijaribu kuupepeta ukweli wa kauli ya yule mzee mkongwe. Maskini! Alikuwa pale sokoni pasipo na watu tena, bila hata senti moja kwa jina lake wala hata kondoo mmoja wa kulinda usiku kucha. Lakini yale mawe yalikuwa ushahidi kwamba alikuwa amekutana na mfalme, mfalme aliyekuwa anayamudu maisha yake yaliyopita.

"Mawe hayo yanaitwa Urimu na Thumimu na yatakusaidia kufasiri ishara." Santiago aliyarudisha yale mawe mkobani akaamua kufanya jaribio. Yule mzee mkongwe alikuwa amemwambia aulize maswali bayana na kufanya hivyo, Santiago awe anafahamu alichokitaka. Kwa hiyo aliuliza kama bado baraka za yule mzee mkongwe alikuwa nazo.

Alitoa jiwe moja. Jibu lilikuwa 'ndiyo.'

"Je nitaipata hazina yangu?" Santiago aliuliza.

Alishindilia mkono wake ndani ya ule mkoba akijaribu kushikashika jiwe moja. Alipofanya hivyo, yote mawili yalijipenyeza ndani ya tundu la mkoba na kudondoka ardhini. Santiago hakujua mkoba wake ulikuwa na tundu. Aliinama akayaokota yale mawe mawili, Urimu na Thumimu kisha akayarudisha tena mle mkobani. Lakini alipokuwa akiyatazama pale ardhini, wosia mwingine ulimfunukia kichwani.

"Jifunze jinsi ya kutambua ishara na ziandame," yule mzee mkongwe alikuwa amemwusia.

Ishara moja. Tabasamu lilimkunjuka Santiago usoni. Aliyaokota yale mawe mawili akayarudisha mle mkobani. Hakuzingatia kulishona lile tundu; mawe yangeweza kupenya tena tunduni wakati wowote yalipotaka. Alijifunza kwamba kulikuwa na baadhi ya mambo mtu hapaswi kuyauliza ili kutoepukana na Kudura yake mtu Binafsi. Alijiahidi kimoyomoyo, 'Niliahidi kwamba nitafanya maamuzi yangu mwenyewe.'

Lakini yale mawe yalikuwa yamemfahamisha kwamba yule mzee mkongwe alikuwa bado pamoja naye, na hali hiyo ilimtia moyo zaidi. Aliuangazia tena ule ukumbi mtupu wa vibanda, akihisi fundo la kutokata tamaa alilohisi awali likifunduka. Mahali hapo hapakuwa pageni; palikuwa papya.

Kwani juu ya yote, daima hicho ndicho alichokitaka kujua mahali papya. Hata kama asingefika kamwe kwenye Piramidi, tayari alikuwa amesafiri mbali zaidi ya mchunga kondoo yeyote aliyemjua. 'Ah! Laiti wangejua jinsi mazingira yalivyobadilika katika mpito wa saa mbili tu kwa kuabiri meli kutoka mahali walipo.' Ingawa dunia yake mpya wakati ule ilikuwa tu ukumbi mtupu wa soko, tayari alikuwa ameshashuhudia uhai wake wa halaiki ya watu wakikimbizana katika harakati mbalimbali za kuchuuza na kununua, na kamwe asingeisahau taswira ile. Aliukumbuka ule upanga. Mchomo wa maumivu ulimdunga moyoni kuufikiria, ila maisha yake yote alikuwa hajawahi kuona upanga uliomvutia sana kama ule.

Mawazo hayo yalipolewalewa kichwani mwa Santiago, alitambua kuwa ilimbidi achague kati ya kujifikiria kama mtu aliyekumbwa na wizi au kama mtu anayejasiri kukumbwa na vioja vya maajabu katika mwandamo wake wa kuipata hazina yake.

'Mimi ni msafiri anayesaka hazina,' alijiambia.

◇ · ◇ · ◇

Lepe lilikuwa limemzamisha usingizini Santiago wakati mtu mmoja alipomkurupusha. Usingizi ulikuwa umemchota akiwa katikati ya ukumbi ule wa soko na pilikapilika za sokoni zilikaribia kuamka. Santiago alitazama huku na huko akitafuta kondoo wake. Lakini badala ya moyo wake kujikunja kwa huzuni, ulikunjuka kwa furaha. Mzigo wa kuwatafutia lishe na maji haukumlemea tena; sasa angeweza kusonga mbele katika msako wake wa hazina yake. Mfukoni, hakuwa na hata senti moja ila bubujiko tu la imani. Usiku uliotangulia alikuwa ameamua kwamba angejitosa katika safari ya bahati nasibu kama zile alizozitazama na kuvutiwa nazo vitabuni.

Santiago alitembea taratibu pale sokoni. Wafanyabiashara walikuwa wakikita na kusimamisha vibanda vyao na hata alimsaidia mwuza peremende mmoja kusimamisha kibanda chake. Mwuza peremende huyo alitabasamu: alikuwa na furaha akitanabahi juu ya majaaliwa ya maisha yake, akiwa tayari kuanza shughuli za siku yake. Tabasamu lake lilimkumbusha Santiago juu ya yule mfalme mkongwe aliyekutana naye ambaye alijaa miujiza.

'Huyu mwuza lawalawa hatengenezi peremende ili aweze kusafiri baadaye au amwoe binti wa mwenye duka. Amezama katika biashara hiyo kwa sababu ndilo jambo alilotaka kufanya,' Santiago aliwaza. Alitambua kwamba hata yeye angeweza kufuata nyayo za yule mzee mkongwe; hisia kama mtu amekaribia au anatengana na Hatima yake ya Kibinafsi kwa kuzitazama tu. 'Si vigumu lakini kamwe sijawahi kutenda hivyo,' Santiago aliwaza.

Kibanda kiliposimama, mwuza peremende alimpa Santiago peremende ya kwanza aliyoitengeneza kwa mauzo ya siku ile. Santiago alimshukuru, akaila na akaondoka na kwenda zake. Alipotembea masafa mafupi, alitanabahi kwamba wakati walipokuwa wakisimamisha kile kibanda, mmoja kati yao alizungumza kwa Kiarabu na mwingine kwa Kihispania.

Ajabu ni kwamba walielewana kabisa. Santiago aliwaza, 'Lazima kuna lugha ambayo haitegemei maneno.' Aliendelea kuwaza, 'Nimeshapata uzoefu huo na kondoo wangu na sasa kuelewana huko kunatendeka miongoni mwa binadamu.'

Alikuwa akijifunza mambo mengi mapya. Mengine alikuwa tayari ameshapata uzoefu nayo na hakika hayakuwa mapya hivyo ila hakuyatambua hapo awali. Na hakuyatambua kwa sababu alikuwa ameyazoea. Alitanabahi kwamba akiwa na kipawa cha kufahamu lugha hiyo isiyohitaji maneno, anaweza kuuelewa ulimwengu.

Moyo ukipuliza burudiko na kutokuwa na pupa ya mambo, Santiago alikata shauri kwamba angetembea na kupitia vichochoro vya mji wa Tangier. Ni kwa njia hiyo angeweza kufasiri ishara zitakazomwibukia.

Alijua ilimpasa awe na bonge la uvumilivu, lakini hilo lilikuwa si jambo geni kwa wachungaji. Kwa mara nyingine Santiago alizindukana katika ile ardhi ngeni, alikuwa akitumia mafunzo yale yale aliyokuwa amejifunza kutoka kwa kondoo wake.

"Kila kitu ni kimoja," yule mzee mkongwe alikuwa amemwusia.

❖ ❖ ❖

Mfanyabiashara wa mawe ya kioo aliamka kama kawaida yake ya kila siku, akiwa na zonge lile lile alilolihisi kila asubuhi. Alikuwa ameendesha biashara yake kwenye duka lile lile kwa miaka thalathini: duka lililojikita kwenye njia yenye mwinuko wa kilima ambako wateja wachache walipita. Mpito huu wa wakati ulikuwa mwingi mno kufanya mabadiliko yoyote; kile alichowahi kumudu kilikuwa kununua na kuuza mawe ya kioo. Kuna wakati watu wengi walilifahamu duka lake: wafanyabiashara wa Kiarabu, wa Kifaransa na wataalamu wa jiolojia wa Kiingereza, askari wa Kijerumani ambao daima walikuwa wamevalia vyema visiginoni. Zama zile biashara ya mawe hayo ilivuma na alijaa mawazo ya jinsi angetajirika na wanawake warembo wakiwa ubavuni mwake kila alipozidi kuzeeka.

Lakini wakati ulipopukutika, mji wa Tangier ulibadilika. Mji jirani wa Ceuta ulistawi kwa kasi zaidi kuliko Tangier na biashara ikapwaya. Majirani walihama na kukabaki maduka machache pale kilimani. Na hakuna aliyediriki kukipanda kile kilima akachunguze idadi ndogo ya maduka madogo.

Lakini yule mfanyabiashara wa mawe alikuwa hana njia. Alikuwa ameishi miaka yake thalathini akinunua na kuuza vipande vya mawe ya kioo, na sasa alikuwa amepitwa na wakati.

Asubuhi nzima alijishughulisha kutazama nje nyendo chache za uhai uliopitia njiani pale. Huo ndio ulikuwa utaratibu wake wa kila siku mnamo miaka na mikaka, na alijua ratiba za nyendo za kila mpita njia. Lakini kabla ya wakati wa chakula cha mchana, mvulana mmoja alisimama mbele ya duka lake. Alikuwa amevalia nguo za kawaida ila macho yenye uzoefu ya yule mfanyabiashara wa mawe yaliweza kutambua kwamba yule mvulana alikuwa hana hela za matumizi. Hata hivyo, yule mfanyabiashara aliamua kuchelewesha mlo wake wa mchana kwa dakika chache hadi mvulana yule aondoke.

⬦⬦⬦

Kadi moja iliyoning'inia mlangoni ilinadi kwamba duka linapokea wateja wenye kuzungumza lugha mbalimbali. Santiago aliona mtu akitokeza nyuma ya kaunta.

"Ninaweza kukusafishia mawe yaliyo dirishani ukitaka,"Santiago alitamka. "Yalivyo hivi sasa hayatamvutia mteja yeyote kutaka kuyanunua," aliongezea Santiago.

Yule mwenye duka alimtazama bila kumjibu kitu.

"Malipo yake unaweza kunipa kitu kidogo cha kula."

Yule mwenye duka bado alimnyamazia na akili ilimwambia Santiago itambidi afanye maamuzi. Ndani ya mkoba wake mlikuwa na kabuti lake, bila shaka hakulihitajia tena jangwani. Akilitoa lile kabuti, alianza kuyasafisha yale mawe yaliyokuwa dirishani. Katika kipindi cha nusu saa, alikuwa ameyasafisha mawe yote na wakati akiendelea kuyasafisha, wateja wawili waliingia dukani wakanunua baadhi ya mawe.

Alipomaliza kuyasafisha, alimwomba yule mwenye duka ampatie chakula. "Twende tukale chakula cha mchana," yule mwenye duka alimwambia Santiago.

Alitundika tangazo mlangoni na wakaelekea mkahawa mdogo karibu na lile duka. Walipokuwa wakikaa kwenye meza moja tu iliyobaki bila mteja, yule mfanyabiashara aliangua kicheko.

"Ilikuwa si lazima usafishe kitu chochote,' yule mwenye duka alisema. Kuruani inatuamuru kumlisha mtu mwenye njaa."

"Mbona basi ukaniacha kuyasafisha yale mawe?" Santiago aliuliza.

"Kwa sababu mawe ya kioo yalikuwa machafu. Na mimi na wewe, sote tulihitaji kutakasa mawazo hasi akilini mwetu."

Walipomaliza kula, yule mwenye duka alimgeukia Santiago akasema, "Ningependa ufanye kazi katika duka langu. Wateja wawili walikuja dukani wakati ukishughulika na mawe ya kioo na hiyo ni ishara njema."

'Watu huzungumzia sana ishara,' Santiago aliwaza. Lakini hawana fahamu juu ya kile wanachokisema. Kama nilivyoshindwa kutanabahi kwamba nilikuwa nikizungumza na kondoo wangu kwa kutumia lugha isiyo ya maneno."

Yule mwuza duka aliuliza, "Unataka kufanya kazi kwangu?"

"Ninaweza kufanya kazi kwa saa zilizobaki hii leo," Santiago alijibu. "Nitafanya kazi usiku kucha hadi macheo na nitasafisha kila jiwe dukani mwako. Malipo yangu yawe hela ambazo ninahitaji kuelekea Misri kesho."

Yule mwenye duka alicheka. "Hata ukisafisha mawe yangu ya kioo kwa mwaka mzima… hata kama utajipatia marupurupu kutokana na mauzo ya kila jiwe la kioo, bado itakulazimu ukope hela kugharamia safari ya Misri. Kutoka hapa hadi ufike huko kuna masafa ya maelfu ya kilomita ya jangwa."

Kimya kikuu kilirindima ungedhani mji mzima

ulikuwa uking'orota kwa usingizi. Hakuna sauti iliyosikika kutoka maduka ya eneo lile, hakuna mabishano ya wafanyabiashara, hakuna wanaume wanaopandia minara kukariri ibada.

Hakuna matumaini, hakuna kubahatisha safari zilizojaa masaibu, hakuna wafalme wakongwe au kudura za kibinafsi, hakuna hazina wala piramidi. Ilikuwa kama dunia imezama katika handaki la ukimya kwa sababu roho ya Santiago ilizimika. Alikaa pale, macho yake yakikodolea mlango wa ule mkahawa kama kipofu, akitamani katika nukta ya kufumba na kufumbua macho, angekufilia mbali na uhai wote wa dunia ungekoma milele.

Yule mfanyabiashara alimtazama Santiago kwa tashwishi. Furaha yote aliyoiona ikibubujika usoni mwake asubuhi ile mara iliyeyuka.

"Ninaweza kukupa hela unazohitaji kurejea nchini mwako, mwanangu," alitamka yule mfanyabiashara ya mawe.

Santiago hakutamka kitu. Aliinuka, akarekebisha mavazi yake na akabeba mkoba wake.

"Nitafanya kazi kwako,"

Na baada ya kimya kingine kirefu, akaongezea, "Ninahitaji pesa za kununulia kondoo."

Sehemu Ya Pili

Santiago alikuwa amefanya kazi kwa yule mfanyabiashara wa mawe ya kioo kwa karibu mwezi mzima akatambua kuwa kazi hiyo haikuchochea furaha yoyote. Mwuza duka alibaki nyuma ya kaunta mchana kutwa, akimunyamunya na akimtahadharisha Santiago awe mwangalifu wakati akishikashika yale mawe ya kioo asije akayavunja.

Hata hivyo, Santiago aliivumilia ile kazi kwa sababu licha ya yule mwuza duka kuwa mzee mnung'unikaji, alimtendea haki: alilipwa marupurupu mazuri kwa kila jiwe alilouza na tayari kitita chake cha akiba ya pesa kilikuwa kinatuna. Asubuhi ile alipiga hesabu: kama angefululiza kufanya kazi kila siku kama alivyofanya hadi siku ile, uwezo wa kununua kondoo wachache ungemchukua mwaka mzima.

"Ninataka kutengeneza bweta la maonyesho ya mawe," Santiago alimgusia yule mwuza duka. "Tunaweza kuliweka nje ya duka na kuvutia wapita njia wanaotembea chini ya mlima."

"Sijawahi kuwa na kasha kama hilo," mwuza duka alimjibu. "Watu watapitia na hata kuligonga na mawe ya kioo yatavunjika."

"Kweli, ila nilipowachunga kondoo wangu mbuga za malisho, baadhi wangekufilia mbali lau tungekutana na nyoka. Lakini hayo ndio majaaliwa ya maisha ya kondoo na wachungaji."

Mwuza duka alimgeukia mteja ambaye alitaka kununua glasi tatu za kioo. Biashara ilikuwa ikipamba moto ... kama kwamba gurudumu la wakati lilirudi nyuma hadi zama zile njia hiyo ilipokuwa moja kati ya vivutio vikuu vya mji wa Tangier.

"Kwa hakika biashara imechangamka sana," alimtamkia Santiago pindi yule mteja alipoondoka. "Biashara yangu imechangamka sana na wewe hivi karibuni utaweza kurudia kondoo wako. Unataka nini zaidi maishani?"

"Kwa sababu tunahitaji kuwa na mrejesho wa ishara," Santiago alitamka, bila kukusudia lile tamko; kisha alijutia alichokisema kwa sababu yule mfanyabiashara alikuwa hajawahi kukutana na mfalme.

"Inaitwa kanuni ya fadhila ya bahati ya yule ambaye kwa mara ya kwanza anafanya kitu fulani. Kwa sababu maisha yanakutaka ufanikishe hatima yako ya kibinafsi," yule mfalme mkongwe alikuwa amesema.

Lakini mwuza duka alifahamu kauli ile aliyoitamka Santiago. Kule kuwako kwa Santiago pale dukani ilikuwa ishara na wakati ulipopita na hela zikimiminikia dawati la pesa, hakuwa na masikitiko juu ya kumwajiri yule kijana. Santiago alikuwa akilipwa pesa nzuri zaidi kuliko alivyostahili kwa sababu yule mwuza duka alikuwa amemtolea Santiago malipo ya kiwango cha juu zaidi kwa kila mauzo akidhania kuwa biashara isingepamba moto namna ile. Alifikiria kwamba isingemchukua muda mwingi kwa mvulana yule kuwarudia kondoo wake.

"Kwa nini ulitaka kuifikia Piramidi?" mwuza duka aliuliza ili kuachana na hoja ya lile bweta la maonyesho.

"Kwa sababu kila uchao nimekuwa nikipata habari za Piramidi," Santiago alijibu akibania kuibwaga ndoto yake. Ile hazina sasa ilikuwa ni kumbukumbu tu yenye kuchoma moyo na alijaribu kutoitia mawazoni.

"Simfahamu mtu yeyote janibu hizi ambaye angetaka kulivuka jangwa ili akatazame piramidi peke yake," alitamka yule mwuza duka. "Ni mrundikano tu wa mijiwe. Unaweza hata kujenga piramidi moja uani mwako."

"Hujawahi kuwa na ndoto za kusafiri?" Santiago alijibu akigeuka na kujiandaa kumhudumia mteja aliyeingia dukani.

Siku mbili baadaye yule mfanyabiashara alimdokezea ile hoja ya lile bweta la maonyesho.

"Sipendi mabadiliko," alitamka. "Mimi na wewe si kama Hassan, yule mfanyabiashara tajiri. Yeye akifanya makosa ya kununua kitu, hayamwathiri sana. Lakini sisi wawili tunalazimika kuishi na makosa yetu."

Kwa masikitiko Santiago aliungama juu ya ukweli wa kauli ile.

"Kwa nini ulifikiria tunapaswa kuwa na kasha la maonyesho?"

"Ninataka kujumuika na kondoo wangu haraka iwezekanavyo. Lazima tufaidike wakati bahati imetusimamia na kufanya kila tuwezalo, katika kuipalilia zaidi kama vile inavyotufaidi. Inaitwa kanuni ya fadhila. Au bahati ya yule ambaye anafanya kitu kwa mara ya kwanza."

Kimya cha nukta mbili tatu kilimvaa yule mfanyabiashara wa mawe ya kioo. Kisha akasema, "Mtume alitupa Kuruani tukufu akatuachia wajibu wa nguzo tano tulizowajibika kuzitimiza maishani mwetu. Jambo kuu kabisa ni kuwa na imani na Mungu mmoja pekee na wa kweli. Wajibu mwingine ni kufanya ibada mara tano kwa siku, kufunga saumu ya Ramadhani na kuwakirimu maskini kwa sadaka."

Ulimi wake ulikwamia hapo. Machozi yalimlengalenga machoni wakati alipomtaja Mtume. Alikuwa mtu wa dini na licha ya kuwa mtu mwenye pupa, alikuwa anataka kuishi maisha kulingana na Sharia za Uislamu.

"Wajibu huo wa tano ndio upi?" aliuliza Santiago.

"Siku mbili zilizopita ulisema kwamba sijavumbika kamwe ndoto ya kusafiri," mwuza duka alijibu. Wajibu wa tatu ulio mabegani mwa kila Mwislamu ni kuhiji huko Makka. Tunawajibika kuuzuru mji huo mtakatifu wa Makka angalau mara moja katika maisha yetu. Makka iko mbali zaidi ya Piramidi. Nilipokuwa kijana, kile kilichotawala ndoto zangu ni kutundiza pesa za kutosha ili kufungua duka hili. Niliwaza kwamba ningeinukia kuwa tajiri nikaweza kwenda hija ya Makka. Nilianza kuchuma pesa lakini sikuthubutu kumwachia mtu alisimamie duka; unajua mawe ya kioo ni bidhaa ambayo ni rahisi kuvunjika. Wakati huo huo, daima mbele ya duka langu palikuwa na msururu wa watu walioelekea huko Makka.

Baadhi walikuwa mahujaji tajiri, wakisafiri katika msafara uliojumuisha watumishi na ngamia, lakini watu wengi wanaokwenda kuhiji walikuwa mafukara kunizidi. Wote waliokwenda kuhiji, sura zao ziling'aa kwa furaha ya kutimiza wajibu huo. Walibandika vitambulisho vya kuhiji kwao kwenye milango ya nyumba zao. Mmoja, fundi wa viatu aliyejipatia riziki kwa kushona viatu vilivyoharibika, alisema kwamba alikokotana na safari ya kuvuka jangwa kwa mwaka mzima lakini uchovu alioupata wakati ilipomlazimu kutembea vichochoroni mwa mji wa Tangier akitafuta ngozi, ulikuwa mkubwa zaidi.

"Basi kwa nini huendi Makka sasa?" Santiago aliuliza.

"Ni kwa sababu kufikiria Makka ndiko kunanipa uhai. Hilo ndilo linanipa nguvu za kukabiliana na mapito ya harakati za kila siku ambazo hazitofautiani: haya mawe ya kioo nyamavu yaliyo rafuni na mlo wa mchana na jioni kwenye mkahawa ule ule wa kuchukiza. Ninahofia kwamba nikiizimua ndoto yangu, sitakuwa na sababu ya kuendelea kuishi.

Wewe umefuga ndoto ya kondoo wako na Piramidi lakini tunatofautiana kwa sababu wewe unataka kuzifanikisha ndoto zako. Mimi ninataka tu ndoto ya Makka iendelee kulewalewa kichwani. Nimeshawazia mara elfu moja kulivuka jangwa hili, kuwasili kwenye Uwanja wa Jiwe Takatifu, kulizunguka mara saba kabla sijajiruhusu kuligusa. Tayari nimeshawazia mahujaji watakaokuwa ubavuni na wale walionitangulia na mazungumzo na ibada tutakazozifanya pamoja.

Lakini ninaogopa kwamba yote hayo yanaweza kuishia kama masikitiko, kwa hiyo ninapendelea nibaki nikiota tu hiyo ndoto."

Siku ile yule mwuza duka alimkubalia Santiago aunde lile bweta la maonyesho. Si kila mtu anaweza kuziona ndoto zake zikifanikiwa kwa mtizamo sawa.

◇·◇·◇

Miezi miwili mingine ilipita na lile bweta lilivutia wateja wengi pale duka la mawe ya kioo. Santiago alikadiria kwamba endapo angefanya kazi kwa miezi sita zaidi, angeweza kurudi Uhispania na kununua kondoo sitini na wengine sitini baadaye. Katika mpito wa chini ya mwaka angekuwa na idadi maradufu ya mifugo yake na angeweza kufanya biashara na Waarabu kwa sababu sasa aliimudu lugha yao ngeni.

Tangu siku ile pale kwenye uwanja wa soko, hakutumia nguvu za Urimu na Thumimu kwa sababu Misri ilikuwa ndoto iliyo vigumu mno kuifanikisha kama ilivyokuwa Makka kwa yule mfanyabiashara. Hata hivyo Santiago alifurahia kazi yake na daima akiwazia siku itakayofika ambapo atawasili Tarifa kama mshindi.

"Lazima daima ufahamu kile ambacho unakitaka," yule mzee mkongwe alikuwa amemwambia. Santiago alifahamu na sasa alikuwa akifanya kazi ili kuifanikisha shabaha hiyo. Labda ilikuwa hazina yake kuishia katika ardhi ngeni, akutane na mwizi na kuongeza hesabu ya kondoo wake mara mbili bila kutumia hata senti moja.

Joto la fahari lilimfukuta moyoni. Alikuwa amejifunza mambo muhimu, kama vile jinsi ya kufanya biashara ya mawe ya kioo na jinsi ya kutumia lugha isiyo ya maneno... hali kadhalika, ya kufasiri ishara.

Mchana mmoja alimwona mtu juu ya kilima akilalamika kwamba ilikuwa vigumu mno kupata mahali pazuri pa kujipatia kinywaji baada ya kupanda ule mwinuko wa kile kilima. Santiago akiwa mzoefu wa kutambua ishara, alimgusia yule mwuza duka hoja ile.

"Hebu tuuze chai kwa watu wanaopanda kilima cha hapa."

"Kuna wachuuzi wengi wa chai katika mtaa wetu huu," yule mwuza duka alimjibu.

"Lakini tunaweza kuuza chai katika glasi za kioo. Watu watafurahia chai na watataka kununua hizo glasi. Nimewahi kuambiwa kwamba urembo ni sumaku kwa wanaume."

Yule mwuza duka hakujibu kitu lakini mchana ule baada ya kusali na kulifunga duka, alimwalika Santiago wapige baraza wakivuta buruma, ule mtemba wa ajabu wa tumbaku unaotumiwa na Waarabu.

"Unatafuta nini hasa?" aliuliza yule mfanyabiashara mkongwe.

"Nimeshakuambia awali. Nina haja ya kununua tena kondoo kwa hiyo inanibidi kuchuma hela kufanikisha shabaha hiyo."

Yule mfanyabiashara alichochea makaa zaidi kwenye lile buruma akavuta pumzi na kuyajaza mapafu.

"Duka langu hili nimeliendesha kwa miaka thelathini. Ninaweza kutambua mawe mazuri na mabaya na nimebugia maarifa yote ninayopaswa kuyajua juu ya mawe ya kioo. Ninafahamu vipimo na hulka zake zilivyo. Tukiuzia watu chai kwenye glasi ya kioo, duka litapanuka. Itanilazimu kubadili utaratibu wa maisha."

"Kwani si ndio vizuri kufanya hivyo?"

"Mimi tayari ni mzoefu wa utaratibu wa sasa wa maisha. Kabla ya kuja kwako, nilikuwa ninafikiria jinsi nilivyopoteza fursa za kutajirika niking'ang'ana na mahali pale pale wakati rafiki zangu wakisonga mbele na ama wakifilisika au wakishamiri zaidi kuliko walivyokuwa. Mawazo hayo yalinikandamiza moyo. Sasa ninaweza kutambua kwamba mambo hayakuwa mabaya hivyo. Duka lina ukubwa usiozidi wala usiopungua kama nilioutaka daima. Sitaki kubadilisha kitu kwa sababu sina uzoefu wa kukabiliana na mabadiliko. Nimezoea tu maisha yangu yaya haya."

Santiago hakujua la kusema. Yule mwuza duka mkongwe aliendelea, "Wewe umekuwa baraka kubwa kwangu. Leo ninafahamu kitu ambacho sijakibaini hapo awali: kila baraka iliyodharauliwa imekuwa laana. Sitaki kitu chochote tena maishani. Lakini unanilazimisha kutazama mali na katika upeo ambao kamwe sijaufahamu. Sasa kwa kuwa nimeziona, na sasa nikitambua uwezekano wangu ulivyo mkubwa katika kupanua biashara, nitakuwa na hisia mbaya zaidi kuliko zile nilizokuwa nazo kabla ya kuja kwako. Kwa sababu ninajua mambo ambayo ninapaswa kuyafanikisha, lakini ninasita kupiga hatua hiyo."

'Ilikuwa vyema sikumtamkia kitu mwoka mikate mjini Tarifa,' Santiago alijiwazia. Waliendelea kuvuta lile buruma kwa muda hadi jua likazama upeoni. Walizungumza kwa Kiarabu na Santiago alijionea fahari kuweza kufanya hivyo. Palikuwa na wakati alidhania kwamba kondoo wake wangemfundisha kila kitu alichostahili kukijua kuhusu dunia. Lakini katu wasingeweza kumfundisha Kiarabu.

'Labda kuna mambo mengine duniani ambayo kondoo hawana uwezo wa kunifundisha,' Santiago aliwaza na kuwazua huku akimzingatia yule mfanyabiashara mkongwe. 'Kile wanachofanikiwa hasa ni kutafuta chakula na maji. Na labda kondoo wale hawakuwa wananifunza kitu bali mimi ndiye niliyejifunza kutoka kwao.'

"Maktub," hatimaye yule mfanyabiashara alitamka.

"Unamaanisha nini?"

"Itakubidi uwe umezaliwa kama Mwarabu kufahamu," alijibu. "Lakini kwa tafsiri ya lugha yako maana yake inaweza kuwa kitu kama 'Liandikwalo ndilo liwalo.' "

Na wakati akizima makaa yaliyokuwamo katika lile buruma, yule mwuza duka alimwambia Santiago kwamba anaweza kuanza mauzo ya chai katika glasi za mawe ya kioo. Mara nyingine hamna mbinu ya kuzuia mkondo wa mtiririko wa maji ya mto.

◇ ◇ ◇

Wanaume hao walipanda kile kilima na walikuwa wachovu walipofika juu. Lakini njiani waliona duka la mawe ya kioo likiwauzia wateja chai ya kuburudisha ya mnanaa. Waliingia ndani kunywa ile chai waliyopewa iliyokuwa ndani ya glasi za mawe ya kioo.

"Mke wangu hajafikiria maandalizi kama haya," alisema mteja mmoja na akanunua baadhi ya gilasi za mawe ya kioo; usiku ule alikuwa amealika wageni ambao hapana shaka wangefurahishwa mno kunywa chai katika gilasi za mawe ya kioo. Mteja mwenzake naye alisifia kwamba ladha ya chai daima huwa tamu wakati ikitiwa ndani ya vyombo vya gilasi ya kioo kwa sababu harufu yake ya kunoga haififiriki. Mteja wa tatu alilimbikiza sifa kwamba ilikuwa desturi ya watu wa Mashariki kuwatilia watu chai ndani ya gilasi za mawe ya kioo kwa sababu mawe yenyewe yalikuwa na nguvu za kichawi.

Muda si muda habari za huduma hiyo ya chai ilizagaa na mlolongo wa watu ulipanda ule mlima ili kutazama duka ambalo lilikuwa linatoa huduma mpya katika biashara iliyokuwa kongwe.

Maduka mengine yalifunguliwa ambayo yaliuza chai ndani ya gilasi za mawe ya kioo lakini maduka hayo hayakuwa juu ya kilima na biashara yao ilipwaya.

Hatimaye, mfanyabiashara wa mawe ya kioo ikamlazimu awaajiri watumishi wengine wawili. Akaanza kuagizia marundo makubwa ya chai pamoja na mawe ya kioo na duka lake likasakwa na wanaume kwa wanawake waliokuwa wamebanwa na kiu.

Na kwa biashara hiyo, miezi ikakatika.

❖ · ❖ · ❖

Santiago aliamka kabla ya jogoo la alfajiri kuwika. Miezi kumi na moja na siku tisa ilikuwa imepita tangu akanyage kwa mara ya kwanza ardhi ya bara la Afrika. Alivalia mavazi meupe ya Kiarabu ya kitani na pamba ambayo yalinunuliwa mahususi kwa siku hiyo. Alivaa kitambaa kichwani na akakikaza kwa kamba ya ngozi ya ngamia. Akivaa viatu vyake vipya, aliteremka ngazi kimya kimya.

Mji bado ulikuwa umelala. Alijitengenezea sandwichi na akanywa chai ya moto ndani ya gilasi ya mawe ya kioo. Kisha akajituliza kizingitini mlangoni palipokuwa na mwangaza wa jua, akivuta buruma.

Alivuta tumbaku kimya, bongo lake likiwa tulivu bila kutingwa na mawazo yoyote na akisikiliza juu ya mvumo wa upepo ambao ulihanikiza harufu ya jangwa. Alipomaliza kuvuta mtemba wake, alipachika mkono kwenye mfuko mmoja akaendelea kuota jua pale kwa dakika chache zaidi, akifikiria hela ngapi alizotoa benki.

Lilikuwa bunda la noti. Pesa za kutosha kujinunulia kondoo mia na ishirini, tikiti ya marejeo na leseni ya kuagizia bidhaa kutoka Afrika hadi Uhispania.

Alingojea bila kuwa na pupa mwuza duka aamke na kufungua duka. Kisha wote wawili walikwenda kunywa chai zaidi.

"Ninaondoka leo," Santiago alitamka. "nina pesa za kutosha kununua kondoo wangu. Na wewe una kitita cha kutosha unachohitaji kwendea Makka."

Yule mwuza duka mkongwe hakusema kitu.

"Utanibarikia safari yangu?" Santiago aliuliza.

"Umenisaidia vya kutosha." Yule mwuza duka alinyamaa kimya akaendelea kujiandalia chai. Kisha alimgeukia Santiago.

"Ninakuonea fahari," alitamka. Umepenyeza hisia mpya katika duka langu la mawe ya kioo. Lakini unajua wazi kwamba sitafunga safari ya Makka. Kama vile ujuavyo kwamba hutanunua kondoo wako."

"Nani amekudokezea hayo?" Santiago aliuliza kwa mshtuko.

"Maktub," alijibu yule mwuza duka mkongwe. Na akambariki baraka zake.

◇ · ◇ · ◇

Santiago alikwenda chumbani mwake akafungasha mizigo ya vitu vyake. Vilijaza magunia matatu. Alipokuwa akiondoka, Santiago aliona pembezoni mwa kile chumba, ule mkoba wake mkuukuu.

Alipochomoa kabuti lake kutoka kwenye ule mkoba akifikiria kumpa mtu njiani, yale mawe mawili Urimu na Thumimu yalidondoka sakafuni.

Yale mawe yalimkumbusha yule mzee mkongwe na ilimgutusha kidogo kutambua wingi wa muda uliokuwa umepita kabla ya kumfikiria. Kwa karibu mwaka, alikuwa amezama katika pilikapilika ya kazi isiyokwisha akitawaliwa tu na wazo la kutundiza akiba ya kutosha ya hela ili aweze kurejea Uhispania kwa fahari.

"Kamwe usiache kufuga ndoto," yule mzee mkongwe alikuwa amesema. "Ziandame ishara."

Santiago aliyaokota yale mawe Urimu na Thumimu na kwa mara nyingine alihisi mzizimo wa hisia ngeni kama kwamba yule mzee mkongwe alikuwa karibu yake. Alikuwa amemenyeka kwa mwaka mzima na ishara zilimwashiria kuwa sasa wakati ulikuwa umeiva wa kuondoka.

'Nitarudia maisha yangu yale yale ya zamani,' Santiago aliwaza. Hata kama kondoo wangu hawakunifundisha Kiarabu.

Lakini wale kondoo walikuwa wamemfundisha funzo muhimu zaidi: kwamba duniani kulikuwa na lugha iliyofahamika kwa walimwengu wote, lugha ambayo Santiago alikuwa ameitumia wakati wote aliokuwa akijaribu kuboresha biashara pale dukani. Ilikuwa lugha iliyobubujisha shauku, ya vitu vilivyofanikiwa kwa upendo na dhati ya nia, na kama sehemu ya msako wa kitu kilichoaminiwa na kutamaniwa. Tangier haukuwa tena mji mgeni na Santiago alihisi kuwa kama jinsi alivyotawala uzoefu wa maisha ya mji ule, angeweza kuyatawala maisha ya dunia nzima.

"Ukitia nia kufanya jambo, ulimwengu huliivisha," yule mzee mkongwe alikuwa amemwambia.

Lakini yule mzee mkongwe hakumdokezea juu ya kuibiwa au juu ya majangwa yasiyo na kikomo au watu ambao wanajua ndoto zao lakini hawataki kuzitimiza. Yule mzee mkongwe hakumwambia kwamba Piramidi zilikuwa mrundiko wa mawe au kwamba mtu angeweza kuzijenga kwenye ua wake. Na pia alikuwa amesahau kumtajia kwamba ukiwa na pesa za kutosha za kununulia idadi kubwa zaidi ya wale kondoo uliokuwa nao zamani, unapaswa kununua.

Santiago alibeba mkoba wake akautia ndani ya vitu vingine. Alishuka ngazi na akamkuta yule mwenye duka akiwauzia bwana na bibi mmoja wa kigeni huku wateja wawili wakitembea huku na huko dukani, wakinywa chai kutoka glasi za vioo. Biashara ilikuwa imechangamka mapema kuliko kawaida yake asubuhi ile. Kutoka pale aliposimama, kwa mara ya kwanza aliziona nywele za yule mwuza duka chapa moja na za yule mfalme mkongwe. Alikumbuka tabasamu la mwuza lawalawa mnamo siku yake ya kwanza kukanyaga ardhi ya mji wa Tangier wakati alipokuwa hana kitu chochote cha kula na asijue mahali pa kwenda, lile tabasamu la mwuza lawalawa lilifanana na tabasamu la yule mzee mkongwe.

Ilikuwa kama kwamba nyayo zake zilimtangulia na kuacha alama, Santiago aliwaza. Licha ya yote, hakuna kati yao aliyewahi kukutana na yule mfalme mkongwe. Kwa upande mwingine, yule mfalme mkongwe alisema kwamba daima aliibuka kuwasaidia wale ambao wanataka kutimiza kudura zao za kibinafsi.

Aliondoka bila kumwaga yule mwuza duka wa mawe ya kioo. Hakutaka kulia mbele ya wateja pale dukani. Angeyakosa maisha ya pale dukani pamoja na mambo yote aliyojifunza. Hata hivyo alikuwa anajiamini zaidi na alihisi angeweza hata kuitawala dunia.

"Lakini ninarejea kwenye maeneo ya malisho ninayoyafahamu kuchunga tena mifugo wangu." Santiago alijiambia kwa uhakika lakini uamuzi wake ulimkereketa.

Alikuwa amefanya kazi kwa mwaka mzima ili kutimiza ndoto iwe kweli na kwamba ile ndoto, katika kila mpito wa dakika moja, ilikuwa inazidi kufifia. Labda kwa sababu ilikuwa si ndoto yake halisi.

'Nani ajuaye... labda ni bora kuwa mwuza mawe ya kioo: kamwe kutokwenda Makka, na ujiishie tu maisha uyatakayo,' Santiago aliwaza, kwa mara nyingine akijaribu kujiridhisha mwenyewe. Lakini alipoyakamata mkononi yale mawe Urimu na Thumimu, yalimchochea nguvu na moyo thabiti wa yule mfalme mkongwe. 'Labda kwa bahati nzuri, au labda ilikuwa ishara,' Santiago aliwaza, aliingia ile baa mnamo ile siku yake ya kwanza kuwasili Tangier. Yule mwizi hakuwa pale na mwenye baa alikuwa amemletea kikombe cha chai.

'Ninaweza kurejelea maisha ya mchunga mifugo,' Santiago aliwaza. 'Nilijifunza jinsi ya kutunza kondoo na sijasahau uzoefu huo. Lakini labda sitapata fursa nyingine ya kufikia Piramidi nchini Misri. Yule mzee mkongwe alivaa sahani ya dhahabu kifuani na alijua maisha yangu ya zamani. Hakika alikuwa mfalme, mfalme mwenye hekima.'

Milima ya Andalusia ilikuwa safari ya saa mbili tu kutoka pale alipokuwa lakini kati yake na Piramidi, jangwa zima lilijitandaza. Lakini changamoto hiyo haikufifirisha moyo aliokuwa nao Santiago; ukweli ni kwamba saa mbili zilimtenganisha na hazina yake... kule kujirefusha kwa zile saa mbili hadi mwaka mzima hakukumjalisha kitu.

'Ninajua kwa nini ninataka kuwarudia kondoo wangu,' aliwaza Santiago. 'Ninawaelewa kondoo; si tatizo tena na hata wanaweza kuwa masahibu wazuri. Kwa upande mwingine, sijui kama jangwa linaweza kuwa rafiki na ni jangwani ambako ninalazimika kuisaka hazina yangu. Endapo sitaipata, ninaweza tu kurejea nyumbani. Hatimaye nina hela za kutosha na muda wote ninaohitaji. Kwa nini nisifanye hivyo?

Mara furaha kuu ilimbubujika moyoni. Santiago angeweza kurejelea maisha ya uchungaji kondoo. Pia angeweza tena kuwa mchuuzi wa mawe ya kioo. Labda dunia imefumbata hazina nyingine lakini yeye alikuwa na ndoto na alikuwa ameshakutana na mfalme. Masaibu kama hayo nadra kumshukia mtu yeyote tu!

Mipango ilikuwa inatokota kichwani wakati Santiago alipoondoka ile baa. Alikumbuka kwamba mmoja kati ya wauzaji mawe ya kioo anayemwuzia yule mwuza duka alisafirisha mawe yake kwa njia ya msafara uliovuka jangwa. Aliyakamata yale mawe mawili, Urimu na Thumimu mkononi; kwa sababu ya yale mawe mawili, kwa mara nyingine alikuwa kwenye mkondo unaompeleka kwenye hazina yake.

'Daima huwa ubavuni mwa mtu aliyetia nia kuifanikisha Hatima yake ya Kibinafsi,' yule mzee mkongwe alimwambia.

Ingegharimu kiasi gani kwenda hadi ghala ya wauzaji mawe ya kioo na kujua kama kweli Piramidi zilikuwa mbali sana?

⬦ ⬦ ⬦

Bwana Mwingereza mmoja alikuwa amekalia benchi katika boma ambalo lilinuka uvundo wa wanyama, jasho na vumbi; lilikuwa nusu ghala, nusu zizi.

"Sikuwahi hata siku moja kufikiria kwamba siku moja ningeishia mahali kama hapa," huku akisoma ukurasa mmoja hadi mwingine wa jarida la kemia. Miaka kumi ya masomo katika chuo kikuu yameishia hapa kwenye jengo hili lenye uvundo wa wanyama. Lakini ilimbidi ajikakamue na kusonga mbele. Alikuwa na imani juu ya ishara. Maisha yake yote na masomo yake yote yalilenga shabaha ya kugundua lugha moja halisi ya ulimwengu. Kwanza alijifunza Esperanto, kisha alizimudu dini za dunia na sasa alkemia.

Alikicharaza Kiesperanto, akamudu vyema dini zote kuu za dunia lakini bado hakuhitimu kama mualkemia. Alifanikisha ufumbuzi wa vitendawili vilivyogubika hoja muhimu, lakini masomo yake yalimfikisha njia panda isiyovukika. Alijaribu bila kufua dafu ajenge uhusiano na mualkemia. Lakini waalkemia walikuwa watu wenye maumbile mageni; watu ambao walijijikiria wenyewe na karibu daima, walikataa kumsaidia. Nani ajuaye? Labda waalkemia walishindwa kugundua siri ya Kazi Kuu Tukufu — Jiwe la Mwanafilosofia — na kwa sababu hiyo wakabania maarifa yao kwao binafsi.

Tayari alikwishatumia fungu kubwa la mali aliyoirithi kutoka kwa baba yake, akisaka bila mafanikio Jiwe la Mwanafilosofia. Alitumia wakati mwingi katika maktaba nyingi maarufu za duniani, na alinunua vitabu vyote muhimu sana na vilivyokuwa nadra mno kupatikana juu ya taaluma ya alkemia. Katika kitabu kimoja alichokisoma miaka mingi iliyopita, mualkemia mashuhuri wa Kiarabu alikuwa amezuru bara la Ulaya.

Ilisemekana kwamba umri wake ulipindukia miaka mia mbili na kwamba yeye aliligundua Jiwe la Mwanafilosofia na Kioevu cha Maisha. Hadithi hiyo ilimvutia sana yule Bwana Mwingereza.

Lakini asingefikiria kuipa uzito ila kuichukulia kama kisasili au hadithi tu, kama isingekuwa rafiki yake aliyerejea kutoka safari ya kuchimbua mambo ya elimukale jangwani kumwambia juu ya Mwarabu ambaye alikuwa na kipaji cha nguvu za ajabu.

"Anaishi katika jicho la Al-Fayoum," rafiki yake alimdokeza. "Na watu wanasema ana umri wa miaka mia mbili na ana uwezo wa kugeuza chuma chochote kikageuka dhahabu."

Yule Bwana Mwingereza hakuweza kuzuia pigo la msisimko lililompiga. Aliipangua mipango yake yote akakusanya rundo la vitabu vyake muhimu kabisa, na sasa alijikuta amejikalia ndani ya boma lenye vumbi na uvundo. Nje, msafara mkubwa ulijiandaa kufunga safari ya kulivuka jangwa la Sahara uliopangiwa kupitia Al-Fayoum.

'Nitamsaka yule mualkemia mjalaana mpaka nimpate,' aliwaza yule Bwana Mwingereza. Na ule ukali wa uvundo wa wanyama ulifififirika kidogo.

Kijana mmoja wa Kiarabu ambaye pia alibeba rundo la mizigo, aliingia akamwamkia yule Bwana Mwingereza.

"Unaelekea wapi?" yule kijana wa Kiarabu aliuliza.

"Ninaelekea jangwani," yule Bwana Mwingereza alijibu, akizama tena kwenye jarida lake. Hakutaka kughasiwa na mazungumzo wakati huo. Kile alichohitaji kufanya ni kuipepeta tena taaluma yote aliyobugia katika maisha yake kwa sababu kumpata yule mualkemia kungelikuwa mtihani mkubwa.

Yule kijana wa Kiarabu alichopoa kitabu akaanza kukisoma. Kitabu chenyewe kilikuwa kimetungwa kwa Kihispania. 'Vyema sana,' aliwaza yule Bwana Mwingereza. Kihispania kwake kilikuwa rahisi zaidi kuliko Kiarabu na kama huyo kijana alikuwa anakwenda hadi Al-Fayoum, angalau atakuwa na mtu wa kuzungumza naye wakati akiwa hana jambo muhimu la kumshughulisha.

❖ ❖ ❖

'Ajabu,' Santiago alitamka akijaribu tena kusoma sehemu ya kitabu inayotangulia kusimulia mazishi. 'Nimejaribu kwa miaka miwili kukisoma kitabu hiki, na ninashindwa kusoma zaidi ya kurasa hizi za mwanzo." Hata bila kuwapo mfalme wa kumkatiza, bado Santiago hakumakinika kukisoma kile kitabu.

Santiago bado alizongwa na mashaka juu ya uamuzi wake alioufanya. Lakini aliweza kufahamu kitu kimoja: kufanya uamuzi ni mwanzo tu wa mambo. Wakati mtu akifanya uamuzi, hakika huwa anapiga mbizi ndani ya maji yenye mkondo mkali ambayo yatamzoa hadi mahali ambapo kamwe hajawahi kupafikiria pale alipofanya uamuzi huo.

'Nilipoamua kuisaka hazina yangu, sikufikiria kamwe kwamba nitaishia kufanya kazi katika duka la mawe ya kioo,' Santiago aliwaza. 'Na kujumuika na msafara huu huenda ulikuwa uamuzi wangu, lakini niko gizani pale utakaponifikisha.'

Kando yake alikuwa amekaa kitako yule Bwana Mwingereza akisoma kitabu. Alionekana hataki kusemezana na mtu na alionekana amekereka Santiago alipoingia ndani ya boma lile. Huenda hata wangekuwa marafiki, lakini yule Bwana Mwingereza alimpa kisogo.

Santiago alifunga kitabu chake. Alihisi hakutaka kufanya kitu chochote kile ambacho kingemfanya aonekane ana hulka ya yule Bwana Mwingereza. Alichomoa yale mawe ya Urimu na Thumimu, akaanza kuchezacheza nayo.

"Urimu na Thumimu!" Yule Bwana Mwingereza alimaka kwa sauti kubwa. Papo kwa papo Santiago aliyafutika yale mawe mfukoni.

"Haya hayauzwi," alinadi.

"Thamani yao si kubwa hivyo," alitamka yule Bwana Mwingereza. "Yameundika kutoka majabali ya mawe ya kioo na ardhini kumejaa mamilioni ya marundo ya majabali ya mawe ya kioo. Lakini wale wenye kufahamu taaluma ya mawe kama haya watayatambua mawe hayo kuwa ni Urimu na Thumimu. Sikujua kuwa yanapatikana katika janibu hizi za dunia."

"Nilipewa mawe haya na mfalme kama zawadi," Santiago alisema.

Yule Bwana Mwingereza hakujibu; badala yake alitia mkono mfukoni na akachomoa mawe mawili yaliyokuwa namna moja na mawe ya Santiago.

"Hivi ulitaja mfalme? yule Bwana Mwingereza aliuliza.

"Ninadhani huamini kwamba mfalme anaweza kuzungumza na mtu kama mimi, mchunga kondoo," Santiago alitamka, akikusudia kuyazima yale mazungumzo. "La hasha. Ni wachungaji ambao walikuwa wa kwanza kumtambua mfalme wakati dunia nzima ilikataa katakata kumkubali. Kwa hiyo haistaajabishi wafalme wakizungumza na wachungaji."

Yule Bwana Mwingereza aliendelea na maelezo yake akihofia Santiago asifahamu alichokuwa anakieleza. "Kauli hizi zimo kwenye Biblia. Kitabu hicho hicho kilichonifunza juu ya Urimu na Thumimu.

Mawe haya ndio umbo pekee la utakatifu lililobarikiwa na Mungu. Makasisi waliyabeba ndani ya sahani za dhahabu kifuani."

Santiago mara alijikuta akikunjuka kwa furaha kuwa pale kwenye boma lile.

"Labda hii ni ishara," yule Bwana Mwingereza alitamka sauti iliyofifia nusu kwa ukali.

"Nani amekuambia juu ya ishara?" Santiago aliuliza shauku ikimwongezekea kila nukta.

"Kila kitu maishani ni ishara," alitamka yule Bwana Mwingereza, sasa akilifunga jarida alilokuwa akilisoma. "Kuna lugha ya ulimwengu, inayoeleweka na kila binadamu lakini tayari imesahauliwa. Mimi nimo katika mkakati wa kuisaka hiyo lugha ya kilimwengu, miongoni mwa mambo mengine. Ndilo jambo lililonifikisha hapa. Lazima nimpate mtu huyo anayeifahamu lugha hiyo ya ulimwengu. Mualkemia."

Mazungumzo yao yalikatizwa na mkuu wa lile boma. "Mna bahati, nyie wawili," pandikizi la Mwarabu aliyetutumka kwa unene alitangaza. "Kuna msafara unaoondoka hii leo kuelekea Al-Fayoum."

"Lakini mimi ninakwenda Misri," Santiago alitamka.

"Al-Fayoum iko Misri," alijibu yule Mwarabu "Wewe ni Mwarabu wa aina gani?"

"Hiyo ni ishara ya bahati njema," alisema yule Bwana Mwingereza baada ya yule Mwarabu kuwaondokea. "Kama ningeweza, ningetunga ensaiklopidia kubwa sana ambayo ingezungumzia maneno 'bahati' na 'tukizi sawia'. Maneno hayo yanatumiwa kuandikia lugha ya ulimwengu."

Yule Bwana Mwingereza alisema kwamba haikuwa ajabu kukutana na Santiago wakati ule ambapo yeye akiwa ameshikilia yale mawe ya Urimu na Thumimu. Na akamwuliza Santiago kama na yeye pia yuko kwenye msako wa mualkemia.

"Mimi ninatafuta hazina," alisema Santiago na papo hapo akajutia kutamka kauli hiyo. Lakini yule Bwana Mwingereza hakuonekana kutilia maanani sana tamko hilo.

"Kwa kiasi fulani hata mimi," alisema yule Bwana Mwingereza.

"Sijui hata alkemia ni nini," Santiago alikuwa akisema wakati mkuu wa boma alipowaita waje nje.

"Mimi ndiye kiongozi wa msafara," alitangaza bwana mmoja mwenye ndevu na macho ya utusitusi. "Nimebeba madaraka ya maisha na kifo kwa kila mtu ninayemchukua katika msafara. Jangwa ni mwanamke kigeugeu na mara nyingine huwatia wanaume wazimu."

Kulikuwa na watu karibu mia mbili waliokusanyika pale na wanyama mia nne, ngamia, farasi, punda na kuku. Miongoni mwa umati ule walikuwamo wanawake, watoto na wanaume kadhaa waliofutika majambia kwenye kanda za kiunoni na bunduki mabegani. Yule Bwana Mwingereza alikuwa na masanduku kadhaa yaliyofurika vitabu. Kulikuwa na bwabaja ya kelele na kiongozi wa msafara ilimbidi apaaze sauti na kurudiarudia tangazo lake mara kadhaa ili kila mtu afahamu anachokitangaza.

"Kuna watu wengi hapa wa kila aina na kila mmoja ana Mungu wake. Lakini Mungu ambaye ninamwabudu ni Allah na kwa jina lake ninaapa kwamba nitafanya kila kiwezekanacho kwa mara nyingine ili tuibuke washindi dhidi ya jangwa. Lakini ninamtaka kila mmoja wenu aape kwa jina la Mungu unayemwabudu kwamba mtatii maagizo yangu kwa kila hali na mali. Jangwani, ukaidi unamaanisha kifo."

Umati ulijaa minong'ono. Kila mmoja alikuwa akiapa kimya kimya kwa Mungu aliyemwabudu. Santiago aliapa kwa jina la Yesu Kristo. Bwana Mwingereza alinyamaa kimya. Na minong'ono ilidumu kwa muda zaidi ya muda wa kiapo cha kawaida. Watu pia walifanya ibada ya mbinguni iwalinde.

Buruji ililizwa kwa muda mrefu na kila mmoja alimparamia mnyama wake. Santiago na yule Bwana Mwingereza walikuwa wamenunua ngamia, wakapandia ngamia wao mgongoni kiholelaholela.

Santiago alimwonea huruma ngamia wa yule Bwana Mwingereza kwa jinsi alivyolemewa na uzito wa masanduku chungu nzima ya vitabu.

"Hamna dhana ya tukizi sawia," alisema yule Bwana Mwingereza, akirudia yale mazungumzo yao yaliyokatizwa pale bomani. "Nipo hapa kwa sababu rafiki yangu mmoja alisimuliwa habari ya Mwarabu mmoja ambaye..."

Ila kukurukakara za ule msafara ulipoanza mwendo, ilikuwa vigumu kusikia kile alichokisema yule Bwana Mwingereza. Ingawaje, Santiago alijua kile kilichomsakama ulimini yule Bwana Mwingereza: mnyororo wa ajabu unaounganisha kitu kimoja na kingine; mnyororo ule ule uliomfunga kuwa mchunga kondoo na kuchochea ndoto yake iliyomrudia mara kwa mara na kumpeleka karibu na mji jirani na bara la Afrika, kukutana na mfalme na kuibiwa ili kukutana na mfanyabiashara wa mawe ya kioo, na...

'Kila mtu anaposogelea kufanikisha kudura yake ya kibinafsi ndivyo kudura ya kibinafsi inavyothibitisha sababu halisi ya uhai wa kiumbe,' Santiago aliwaza.

Msafara ulitambaa ukielekea mashariki. Ulisafiri wakati wa asubuhi, ukasangaa wakati jua likifikia kilele cha mfukuto wake na ukaanza tena safari yake, mchana. Santiago hakuzungumza sana na yule Bwana Mwingereza ambaye kwa muda wake mwingi alizama kwenye vitabu vyake.

Santiago alisharabu kimya kimya, hatua za maendeleo za wanyama na binadamu toka upande mmoja hadi mwingine. Sasa mazingira yalikuwa tofauti kabisa na jinsi yalivyokuwa ile siku msafara ule ulipoanza safari yake; wakati ule palijaa kukuru kakara na upigaji makelele; vilio vya watoto na milio ya wanyama, yote yakichanganyikana na maagizo ya wahaka ya waongozaji na wafanyabiashara. Lakini jangwani, palikuwa tu na mvumo wa upepo usio na kikomo na sauti za mkanyago wa kwato za wanyama. Hata waongozaji hawakuwa na mazungumzo mengi kati yao.

"Nimevuka nyanda hizi za mchanga mara nyingi," alisema mmoja wa waendeshaji ngamia usiku mmoja. "Lakini ukubwa wa jangwa ni mkubwa mno na upeo wake wa macho uko mbali sana hivi kwamba humfanya mtu ajihisi amenywea kwa udogo na kwamba anapaswa abaki kimya."

Santiago alielewa bila pigo la tafakari kile alichomaanisha yule mwendesha ngamia ingawa hakuwahi kukanyaga ardhi ya jangwa awali. Kila alipoona bahari au moto, alinyamaa kimya akiguswa na nguvu zao za kimaumbile.

'Nimejifunza mambo kutoka kondoo na nimejifunza mambo kutoka yale mawe ya kioo,' Santiago aliwaza. 'Pia ninaweza kujifunza kitu kutoka jangwani. Linaonekana kongwe na lenye hekima.'

Upepo ulivuma bila kikomo na Santiago aliikumbuka ile siku alipokuwa amekaa ngomeni Tarifa wakati upepo huo huo ukimpuliza usoni. Ulimkumbusha sufi ya kondoo wake... kondoo wake ambao wakati ule walikuwa wakitafuta chakula na maji katika tambarare la Andalusia kama nyendo zao zilivyokuwa daima.

'Si kondoo wangu tena," alijitamkia kimoyomoyo. bila kukwaruzika hisia. 'Lazima wameshamzoea mchungaji wao mpya na labda hata wameshanisahau. Hivyo ni vyema. Viumbe kama kondoo waliozoea kusafiri wanajua namna ya kusonga mbele.'

Santiago alimwaza yule binti wa mfanyabiashara na alikuwa na uhakika kwamba huenda ameshaolewa. Labda kwa mwoka mikate au kwa mchungaji mwingine ambaye aliweza kusoma na kumsimulia hadithi za kusisimua, kwani si yeye tu aliyekuwa na kipaji hicho. Lakini alijaa msisimko kuona amefahamu kauli ya mwendesha ngamia bila pigo la tafakari: labda alikuwa pia anajifunza lugha ya ulimwengu ambayo inaangazia zama za zamani na za sasa za watu wote.

Santiago alianza kufahamu kwamba hisia ya kuelewa mambo bila kuzama katika tafakari hakika ni mzamio wa papo kwa papo wa roho ndani ya mkondo wa ulimwengu wa maisha ya sasa. Hapo ndipo historia za watu wote zimefungamana na kwamba binadamu wana uwezo wa kujua kila kitu kwa sababu kila kitu kimeandikwa pale.

'Maktub,' Santiago alitamka akimkumbuka yule mfanyabiashara wa mawe ya kioo.

Jangwa lilikuwa tambarare tu la matuta ya mchanga kwenye baadhi ya tandaziko lake na lenye majabali kwenye maeneo mengine. Wakati pande kubwa la jabali lilipozuia upitaji wa msafara ule, msafara ulijipinda na kunyinyirika pembezoni mwake na ulipokutana na eneo lililojaa mchongomo wa majabali, iliulazimu ule msafara kupiga mzunguko mkubwa wa masafa kulikiuka eneo lile. Kama mchanga ulikuwa mwembamba mno kiasi cha kwato za wanyama kunasanasa ndani mwake, ule msafara ulitafuta eneo palipokuwa na mchanga mnene zaidi. Katika baadhi ya maeneo, ardhi ilikuwa imefunikwa na chumvi ya mabwawa yaliyokauka. Wanyama walichukizwa na maeneo hayo na waendesha ngamia iliwalazimu kushuka kutoka migongoni mwao na kutua mizigo yao. Waendesha ngamia walijitwika ile mizigo wenyewe wakitembea kwenye mkondo huo uliokuwa si rahisi kutembeleka juu yake na kisha wakawapakia tena ile mizigo wale ngamia. Lau mwendesha ngamia angeugua ugonjwa au hata kufariki, waendesha ngamia walifanya bahati nasibu ya pata potea na kumchagua mwingine.

Lakini yote haya yalitokea kwa sababu moja ya kimsingi: licha ya mizunguko na vizingiti walivyovivuka, msafara haukubadili dira na ulisonga mbele katika mwelekeo ule ule uliolenga.

Pindi vizingiti vilipovukwa, ulishikana na mkondo wake uliopangwa tokea mwanzo, ukiangazia nyota iliyoashiria mahali pa lile jicho waliloliendea. Watu walioiona ile nyota ikimeremeta katika anga ya asubuhi, walijua kwamba msafara wao ulikuwa umeshikana na mkondo barabara ulioshikana na mwelekeo wa kufikia maji, mitende, maskani zenye kivuli na makutano na watu wengine.

Yule Bwana Mwingereza peke yake ndiye aliyekuwa hana tanabahi yoyote ya maumbile haya; yeye kwa muda mwingi alikuwa amezama kwenye vitabu vyake.

Santiago pia alikuwa na kitabu chake na alikuwa amejaribu kukisoma mnamo siku za mwanzo za safari yao.

Lakini aligundua kilichomvutia zaidi kilikuwa kuupiga darubini ule msafara na kutega sikio kusikiliza mvumo wa upepo. Pindi alipofahamu kuelewa hulka ya ngamia wake na kujenga uhusiano mwema naye, alikiweka kitabu chake kando. Ingawa Santiago alikuwa amekuza imani ya ushirikina kwamba kila alipokifungua kile kitabu angejifunza jambo muhimu, aliamua kwamba huo ulikuwa mzigo usio wa lazima.

Santiago alijenga uhusiano wa kirafiki na mwendesha ngamia aliyesafiri ubavuni mwake. Nyakati za usiku wakati wakikaa mbele ya moto, Santiago alimsimulia yule mwendesha ngamia simulizi zake za vituo kama mchunga kondoo.

Wakati wa mazungumzo yao, yule mwendesha ngamia alimfunulia Santiago kurasa za maisha yake.

"Wakati mmoja niliishi karibu na El Cairum," alisema. "Nilimiliki shamba la miti ya matunda, watoto wangu na maisha ambayo yangedumu bila mabadiliko yoyote hadi kufa kwangu. Mwaka mmoja, wakati miti yangu ilizaa matunda kwa wingi wa ajabu, sote tulikwenda Makka na nilitimiza wajibu mmoja niliobakiza maishani mwangu. Ningeweza kufa kwa furaha na hilo lilinipa hisia nzuri.

Siku moja ardhi ilianza kutetemeka na ukingo wa Mto Nili ukafurika maji. Janga hilo nilidhani linaweza kuwakuta watu wengine wala, kamwe kutonishukia. Majirani zangu waliogopa kwamba mafuriko yale ya maji yangeangamiza mizeituni yao yote na mke wangu alihofia tungepoteza watoto wetu. Nilifikiri kwamba mali yangu yote ingeangamia.

Ardhi iliharibika ikabidi nitafute njia nyingine ya kutarazaki. Sasa nimeishia kama mwendesha ngamia. Lakini janga lile lilinipa funzo la kuelewa neno la Allah: watu wasitishwe na wasiyoyajua kama wakiwa na uwezo wa kufanikisha kile wanachohitaji na kukitaka.

Tunahofia kupoteza kile tunachomiliki iwe maisha yetu au rasilmali zetu na ardhi na majengo yetu. Lakini hofu hii huyeyuka wakati tukimudu kwamba hadithi za maisha yetu na historia ya dunia viliandikwa na mkono ule ule.

Mara nyingine msafara wao ulikutana na msafara mwingine. Msafara mmoja daima ulikuwa na kitu ambacho ule msafara mwingine ulikihitajia - kama kwamba kila kitu kwa hakika kiliandikwa na mkono mmoja. Na wakati walipojikunyata mbele ya moto, waendesha ngamia wa misafara ile walihadithiana mikasa ya dhoruba za pepo na simulizi za jangwani.

Nyakati nyingine wanaume wa ajabu wenye vifuniko vya kitambaa vichwani waliibuka; walikuwa Mabedui ambao walishika doria na kulinda mkondo wa misafara ya jangwani. Walitahadharisha misafara juu ya magenge ya wezi na makabila yenye ukatili. Walinzi hao waliibuka kimya kimya na wakatoweka kama walivyoibuka, wakivalia mavazi meusi yaliyoziba miili yao isipokuwa macho pekee.

Usiku mmoja mwendesha ngamia alikuja kwenye kizio cha moto walikokaa yule Bwana Mwingereza na Santiago. "Kuna uvumi wa vita vya kikabila," aliwatahadharisha.

Wote watatu walibaki kimya. Santiago alihisi tando la woga likitandaa pale ingawa hakuna mtu aliyetamka kitu. Kwa mara nyingine alikuwa akihisi mchomo wa lugha isiyo ya maneno... lugha ya ulimwengu.

Yule Bwana Mwingereza aliuliza kama hatari ilinukia dhidi ya msafara wao.

"Pindi ukishajitumbukiza jangwani, kurudi nyuma ni mwiko," alinadi mwendesha ngamia. "Na kama huwezi kurudi nyuma, wasiwasi utakaokuwa nao ni njia gani bora ya kusonga mbele. Kilichobaki ni kumwachia Allah mkiwemo hiyo hatari."

Na akahitimisha kwa kulitamka lile neno la ajabu: "Maktub."

"Bora ukurunzi zaidi msafara," Santiago alimtamkia yule Bwana Mwingereza pindi yule mwendesha ngamia alipoondoka. "Msafara wetu unajipindapinda na kufuata mikondo mingi yenye kurefusha safari yetu, lakini daima tunaelekea mahali pale pale tulipokusudia kwenda."

"Nawe unapaswa kusoma zaidi juu ya dunia," yule Bwana Mwingereza alijibu.

"Vitabu kwa ulinganifu, ni kama misafara."

Mkusanyiko ule mkubwa wa umati wa watu pamoja na wingi wa wanyama ulianza kuchapuka. Siku zilikatika na kimya kilitawala daima lakini sasa, hata usiku, wakati wasafiri waliozoea kuzungumza mbele ya mioto, vilevile walibaki kimya. Na siku moja kiongozi wa msafara aliamua kwamba mioto isiwashwe ili kuepukana na mwanga wa moto kuvutia maadui.

Wasafiri waliwapanga wanyama duara wakati wa usiku, wakilala pamoja katikati ya ile duara kama kinga dhidi ya mzizimo wa baridi ya usiku. Na kiongozi aliamuru walinzi wenye silaha walinde pembezoni mwa lile kundi la wasafiri.

Yule Bwana Mwingereza usiku mmoja hakuweza kulala. Alimwita Santiago na wakatembea kwenye matuta ya mchanga yaliyozingira kambi yao. Mwezi ulijaa na Santiago alimsimulia yule Bwana Mwingereza hadithi ya maisha yake.

Yule Bwana Mwingereza alivutiwa sana na kile kipande cha mafanikio yaliyopatikana katika duka la mawe ya kioo baada ya Santiago kuanza kufanya kazi pale.

"Hiyo ndio kanuni yenye kutawala vitu vyote," alitamka. "Katika alkemia, inaitwa Roho Kuu ya Ulimwengu. Ukitaka kitu kwa dhati ya moyo wako wote, hapo ndipo unakuwa umejisogeza karibu sana na Roho Kuu ya Ulimwengu. Daima ni kani chanya."

Pia alisema kwamba nguvu hizo hazikutunukiwa binadamu kama zawadi tu, bali kila kitu kilichomo duniani kilikuwa na roho, iwe madini, mboga au wanyama, au hata pigo la wazo jepesi.

"Kila kitu duniani daima kinageuzwa kwa sababu dunia ni hai... na ina roho. Sisi ni sehemu ya hiyo roho, kwa hiyo nadra kwetu sisi kutambua kuwa inatuhudumia.

Lakini katika lile duka la mawe ya kioo, labda unatambua kwamba hata glasi zilichangia katika mafanikio yako."

Santiago alitafakari juu ya kauli zile kwa muda huku akitazama mwezi na mchanga uliopauka. "Nimeangalia msafara wakati ukivuka jangwa," Santiago alitamka. "Msafara na jangwa zinazungumza lugha moja, na ni kwa sababu hiyo jangwa linaruhusu kuvuka huko. Litatathmini kila hatua ya msafara kuona kama linakwenda kwa wakati timamu, na kama ni hivyo, msafara utafikia jicho kwa wakati uliopangwa.

Lau mmoja wetu alijiunga na msafara huu kwa kuzingatia ujasiri wa kibinafsi pekee, lakini bila kuielewa lugha hiyo, safari hii ingekuwa ngumu zaidi."

Santiago na yule Bwana Mwingereza walisimama pale wakiuangalia mwezi.

"Huo ndio muujiza wa ishara," alitamka Santiago. Nimeona jinsi waongoza misafara wanavyofasiri ishara za jangwa na jinsi roho ya msafara inavyozungumza na roho ya jangwa."

"Mimi bora nikurunzi zaidi msafara."

"Nami bora nisome vitabu vyako," alipokeza Santiago.

◇ ◇ ◇

Vitabu vilikuwa vya ajabu. Vilielezea juu ya zebaki, chumvi, madragoni na wafalme ila Santiago hakuvielewa hata chembe. Lakini palikuwa na wazo lililoonekana likijitokeza mara kwa mara katika vitabu vyote: kila kitu ni dhihirisho la kitu kimoja peke yake.

Katika kitabu kimojawapo alijifunza kwamba maandishi muhimu kabisa katika fasihi ya alkemia yalikuwa na mistari michache na yalikuwa yamechorwa juu ya sura ya zumaridi.

"Ni Jiwe Takatifu la Zumaridi," yule Bwana Mwingereza alitamka akiona fahari kwamba huenda akamfunza jambo Santiago.

"Basi kwa nini tunahitaji rundo hili la hivi vitabu?" Santiago aliuliza.

"Ili tuweze kufahamu hiyo mistari michache ya maneno," yule Bwana Mwingereza alijibu bila kuonekana akiamini kwa hakika kauli aliyoitamka.

Kitabu kilichomvutia sana Santiago kilisimulia hadithi za waalkemia maarufu. Walikuwa wanaume ambao walikuwa wamejitolea maisha yao yote katika utakasaji wa vyuma katika maabara yao; waliamini kwamba chuma kikipashwa moto kwa miaka mingi, kitajivua maumbile yake yote na kile kitakachobakia kitakuwa Roho Kuu ya Ulimwengu. Hiyo Roho Kuu ya Ulimwengu iliwaruhusu kufahamu kila kitu kilichomo ulimwenguni kwa sababu ilikuwa ndio lugha iliyowezesha kila kitu kuwasiliana. Waliuita uvumbuzi huo Kazi Kuu Tukufu — ilikuwa sehemu kimiminiko owevu na sehemu ngumu.

"Kwani huwezi kuangalia binadamu na ishara ili kubaini lugha yenyewe?" aliuliza Santiago.

"Wewe una wazimu wa kurahisisha kila kitu," alijibu yule Bwana Mwingereza akikereka. "Alkemia ni somo lenye nidhamu kali. Kila hatua lazima ifuatwe bila ukosefu kama ilivyofuatwa na wabobezi waliobobea katika taaluma hii."

Santiago alijifunza kwamba ile sehemu ya kimiminiko owevu ya Kazi Kuu Tukufu iliitwa Kioevu cha Maisha na kwamba ilitibu maradhi yote; pia iliwapa waalkemia maisha ya milele. Na ile sehemu ngumu iliitwa Jiwe la Mwanafilosofia.

"Si rahisi kulipata Jiwe la Mwanafilosofia" alitamka yule Bwana Mwingereza. "Waalkemia walizama katika maabara yao kwa miaka mingi wakichunguza moto uliotakasa vile vyuma. Walitumia wakati mwingi mno karibu na hiyo mioto ambayo iliwafanya wayavue majivuno yao ya dunia. Waligundua kwamba utakasaji wa vyuma pia ulizitakasa roho zao."

Santiago alimwaza yule mfanyabiashara wa mawe ya kioo. Alikuwa amesema kwamba ilikuwa vyema kwa Santiago kuyatakasa yale mawe ya kioo ili apate kujitanzua kutoka kitanzi cha mawazo hasi. Santiago alizidi kushawishika kila uchao kwamba alkemia iliweza kumpa mafunzo juu ya maisha ya kila siku ya mtu.

"Vilevile," yule Bwana Mwingereza aliongezea, "Jiwe la Mwanafilosofia lina maumbile ya kuvutia sana. Kibonge kidogo cha jiwe hilo kinaweza kugeuza mrundiko mkubwa wa chuma ukageuka dhahabu."

Kuzisikiliza habari hizo kulimfanya Santiago azidi kuvutiwa na taaluma ya alkemia. Alifikiria kwamba kwa ustahamilivu, ataweza kugeuza kila kitu kuwa dhahabu. Alisoma maisha ya watu mbalimbali ambao walikuwa wamefanikiwa kufanya hivyo: Helvetius, Elias, Fulcanelli na Geber. Hadithi za maisha yao zilivutia sana: kila mmoja alikuwa amefanikisha hatima yake ya kibinafsi. Walisafiri, walizungumza na watu wenye hekima, walifanya miujiza ya ajabu kwa wasiosadiki na walimiliki Jiwe la Mwanafilosofia na Kioevu cha Maisha.

Lakini wakati Santiago alipotaka kujifunza jinsi ya kufanikisha Kazi Kuu Tukufu, alijikuta amezama katika bahari kuu. Zilikuwa tu michoro, maagizo ya kimafumbo na maandishi yasiyosomeka.

❖ ❖ ❖

"Kwa nini wanayasuka mambo kuwa tata mno kufahamika?" Santiago alimtupia swali yule Bwana Mwingereza usiku mmoja. Santiago alikuwa ametambua kwamba yule Bwana Mwingereza alijaa kero la kukosa usomaji wa vitabu vyake.

"Ili kwamba wale wenye jukumu la kuelewa waweze kufahamu," Bwana Mwingereza alitamka. "Fikiria lau kila mtu angemudu taaluma ya kugeuza risasi kuwa dhahabu. Dhahabu ingepoteza thamani yake.

Ni wale tu ambao hawakati tamaa na wako tayari kutalii mambo kwa kina ambao hufanikisha Kazi Kuu Tukufu. Ndicho kitu kilichonileta hapa kitovuni mwa jangwa.Ninasaka mualkemia halisi ambaye atanisaidia kufasiri siri zenyewe."

"Vitabu hivi vilitungwa lini?" Santiago aliuliza.

"Karne nyingi zilizopita.

"Hawakuwa na matbaa zama hizo," Santiago alizusha hoja. "Ilikuwa vigumu mno kwa kila mtu kujua taaluma ya alkemia. Kwa nini walitumia lugha ya ajabu yenye michoro mingi sana?"

Yule Bwana Mwingereza hakumjibu moja kwa moja. Alisema kwamba katika mpito wa siku chache zilizopita, alikuwa amejishughulisha na kuangalia jinsi msafara ulivyoendesha shughuli za safari ila hakujifunza jambo lolote jipya. Kile tu alichokibaini ni kwamba gumzo la vita lilitawala zaidi mazungumzo.

◇ ◇ ◇

Siku moja Santiago alimrudishia vitabu yule Bwana Mwingereza. "Ulijifunza chochote?" Bwana Mwingereza aliuliza, akiwa na hamu ya kusikia majibu yatakuwaje. Alitaka kuzungumza na mtu ili aepukane na fikira juu ya uwezekano wa mlipuko wa vita.

"Nilijifunza kwamba dunia ina roho na kwamba yeyote anayemudu roho hiyo pia anaweza kuelewa lugha ya vitu. Nilijifunza kwamba waalkemia wengi walifanikisha kudura zao za kibinafsi na wakaishia kugundua Roho Kuu ya Ulimwengu, Jiwe la Mwanafilosofia na Kioevu cha Maisha. Lakini zaidi ya yote nimejifunza kwamba mambo yote haya hayana ugumu wowote kiasi cha kwamba yaliweza kuchorwa juu ya sura ya zumaridi."

Yule Bwana Mwingereza alisikitika. 'Miaka ya utafiti, vitambulisho vya kichawi, maneno ya ajabu na zana za maabara... haya yote hayakumgonga kichwani Santiago. Roho yake lazima duni kabisa kiasi cha kutokuwa na kipawa cha kuelewa mambo hayo,' aliwaza yule Bwana Mwingereza.

Alivirudia na kuvibeba vitabu vyake na akavishindilia tena ndani ya mikoba yao.

"Rudi kwenye kukurunzi msafara," alitamka. "Hilo vivyo hivyo, halikuniangazia lolote."

Santiago alizama tena katika tafakari ya ukimya wa jangwa na matuta ya mchanga yaliyotokana na wanyama. 'Kila mtu ana mbinu yake ya kujifundisha mambo," alijitamkia mwenyewe. "Mbinu yake si sawa na yangu wala yangu ikilinganishwa na yake. Lakini sote tumejikita katika msako wa kutafuta hatima zetu za kibinafsi na ninamheshimu kwa hilo.'

⋄⋄⋄

Msafara ulianza kusafiri mchana na usiku. Mabedui wenye vifuniko vya vitambaa nyusoni walijitokeza mara kwa mara zaidi na yule mwendesha ngamia, ambaye alijenga urafiki mzuri na Santiago, alielezea kwamba vita kati ya makabila tayari vilikuwa vimeshalipuka. Msafara ungekuwa na bahati kuu kufikia shabaha yake ya lile jicho.

Wanyama walikuwa wamechoka na gumzo kati ya wanaume lilififirika. Kimya kilichotanda usiku kilizizima mno wakati hata mgumio mdogo wa ngamia ambao awali ulikuwa mlio tu wa ngamia wa kupiga kite, sasa uliwatisha wasafiri wote kwa sababu huenda ukamaanisha dalili ya shambulio la ghafla. Licha ya hali hiyo ya kunukia kwa tishio la vita, hakuonekana kutishika kamwe yule mwendesha ngamia.

"Mimi ni hai," alimwambia Santiago huku wakila chane za tende usiku mmoja, bila kuwa na moto wala mbalamwezi. "Wakati nikila, hakuna kingine kinachonifikirisha ila mlo tu. Nikiwa mwendoni, akili

yangu huwa tu juu ya mwendo. Kama ninalazimika
kupigana, basi kuzuka kwake kutakuwa ni siku ya kawaida
ya kufa kama nyinginezo.

Kwa sababu siishi katika mkondo wa maisha yangu
yaliyopita au yajayo. Uhai wangu umejikita katika mkondo
wa maisha ya leo. Ukiweza kujizamisha daima katika
maisha ya leo, utakuwa mtu mwenye furaha. Utaona
kwamba kuna mpulizo wa maisha jangwani, kwamba
kuna lukuki ya nyota mbinguni, na kwamba wanaume wa
makabila mbalimbali hupigana kwa sababu ni sehemu ya
binadamu asilia. Maisha yatakuwa karamu yako, tamasha
kuu kwa sababu maisha ni mpwito wa maisha tunayoishi
hivi sasa."

Siku mbili baadaye usiku, wakati wakijiandaa kulala,
macho ya Santiago yalirandaranda angani yakitafuta
nyota iliyowapa dira ya msafara wao kila usiku. Alidhani
akilinganisha na zamani, kwamba upeo wa macho kidogo
ulikuwa umeshuka kwa sababu alihisi anaziona zile nyota
zikiwa juu ya jangwa lenyewe.

"Ni lile jicho," alitamka yule mwendesha ngamia.

"Kwa nini hatuendi kule hivi sasa," Santiago aliuliza.

"Kwa sababu ni lazima tulale."

⋄ ⋄ ⋄

Santiago alirauka wakati jua likipanda. Pale mbele yake
ambako usiku uliotangulia nyota ndogo zilimeremeta,
palikuwa na mistari isiyo na kikomo ya miti ya mitende
ikitandaa na kulipasua jangwa zima.

"Tumefanikiwa! " alimaka yule Bwana Mwingereza ambaye naye pia aliamka mapema.

Lakini Santiago alibaki kimya. Yeye alikuwa ameshakizoea kile kimya cha jangwa na alitosheka kuitazama tu ile miti. Bado safari yake ilikuwa na masafa makubwa kufikia Piramidi na siku moja asubuhi hiyo ingekuwa tu kumbukizi mojawapo. Lakini huo ulikuwa wakati ule ule wa leo; karamu aliyoitaja mwendesha ngamia, na alitaka kuishi nao kama alivyofanya katika mafunzo ya maisha yake yaliyopita na ndoto zake za siku zijazo. Ingawa mandhari ya michikichi ya mitende siku moja ingekuwa tu kumbukizi mojawapo, sasa ilitambulisha kivuli, maji na maskani ya kujikinga na vita. Jana, mguno wa ngamia uliashiria hatari, na sasa mwibuko wa michikichi ya mitende iliweza kunadi tukio la shani kubwa.

'Dunia inazungumza lugha nyingi,' Santiago aliwaza.

❖ · ❖ · ❖

'Wakati si ukuta, hupita kwa kasi kuu na vivyo hivyo misafara,' aliwaza mualkemia, wakati akiangazia mamia ya watu na wanyama wakimiminika pale kwenye jicho la jangwani.

Watu walipaza sauti katika makaribisho ya wageni wapya, vumbi lilififirisha mwanga wa jua la jangwani na watoto wa pale jichoni walibubujika kwa msisimko wa kuwasili kwa wageni. Mualkemia aliona machifu wa makabila wakimwamkua kiongozi wa msafara na kuzungumza naye kwa muda mrefu.

Lakini harakati hizo hazikuwa muhimu kwa yule mualkemia. Tayari alikuwa ameshaona watu wengi wakija na kuondoka na jangwa lilibaki vile lilivyo. Alikuwa ameona wafalme na ombaomba wakitembea juu ya mchanga wa lile jangwa. Matuta ya mchanga yalibadilishwa sura daima na mpulizo wa upepo ila mchanga huo huo ndio alioujua tokea utotoni. Daima furaha iliwabubujika wasafiri wakati baada ya wiki kadhaa za kusafiri juu ya mchanga wa manjano na anga ya samawati mara mandhari ya kijani ya michikichi ya mitende ikiibuka kwa mara ya kwanza mbele yao. 'Labda Mungu aliumba jangwa ili binadamu atambue vyema na kufurahia miti ya mitende,' aliwaza yule mualkemia.

Aliamua kushughulikia mambo yakinifu. Alijua kwamba miongoni mwa ule msafara kulikuwa na mtu ambaye alitazamiwa kumfundisha baadhi ya siri zake. Ishara zilimwashiria hivyo. Mtu mwenyewe alikuwa bado hamjui lakini jicho lake zoefu lingemtambua pindi angejitokeza. Alitumai kwamba angekuwa mwenye kipaji kilichofanana na kile cha mwanagenzi aliyetangulia kumfunza.

'Sijui kwa nini ni lazima iwasilishwe uso kwa uso.' Wala haikuwa kwamba ilikuwa siri iliyofumbatiwa kiasi hicho; Mungu aliwafunulia viumbe wake siri zake kwa urahisi.

Mualkemia alikuwa na ufafanuzi mmoja wa uhalisia huo: taaluma inastahili kuwasilishwa kwa njia hiyo kwa sababu ilijifuma kutoka maisha yenye roho iliyotakasika na maisha ya namna hiyo hayawezi kuwasilishwa kwa taswira au maneno. Kwa sababu watu huvutiwa na taswira na maneno na huishia kuisahau Lugha ya Dunia.

Santiago hakuweza kuamini mandhari iliyojitandaza mbele ya macho yake pale kwenye jicho la jangwa; badala ya lile jicho kuzungukwa vyema na michikichi ya tende michache, kama alivyowahi kuona katika kitabu kimoja cha jiografia, lilikuwa ni eneo kubwa kuliko miji mingi kwao Uhispania. Kulikuwa na visima mia tatu, miti ya mitende elfu hamsini na kambi zenye rangi zisizo na hesabu zimejitandaza baina ya visima na ile miti.

"Inaonekana kama Alfu Lela U Lela," alimaka yule Bwana Mwingereza, akipoteza ustahamilivu wa kukutana na yule mualkemia.

Walizingirwa na watoto wenye shauku ya kutazama wanyama na wageni waliokuwa wakiwasili. Wakaazi wa pale jichoni walitaka kujua kama walishuhudia mapigano yoyote na wanawake walisukumana bega kwa bega wakipigania kufikia mabunda ya nguo na mawe ya thamani yaliyoletwa na wanfanyabiashara. Tando la ukimya wa jangwa lilikuwa ndoto iliyojitenga mbali sana; wasafiri wa ule msafara walikuwa wamezama katika mazungumzo yasiyo na kikomo, wakicheka na kupaaza sauti kama kwamba wameibuka kutoka dunia ya kiroho na wamejikuta kwa mara nyingine katika uhai wa binadamu. Walifarijika na kujaa furaha.

Walikuwa wakichukua tahadhari jangwani lakini mwendesha ngamia alimweleza Santiago kwamba majicho ya jangwani yalichukuliwa kama ardhi huria isiyoinamia upande wowote kwa sababu wakaazi wake wengi walikuwa wanawake na watoto. Majicho yalitapakaa kwingi jangwani lakini wanaume wa makabila mbalimbali walipigana ndani ya tambarare la jangwani wakiachilia maeneo ya majicho kama mahali pa kukimbilia usalama.

Kiongozi wa msafara aliwakusanya watu wote pamoja kwa shida, na akawapa maagizo. Msafara ule ulipaswa kubaki pale jichoni mpaka vita kati ya makabila vikome. Kwa kuwa walikuwa wageni iliwalazimu kuishi pamoja wakigawana nafasi za kuishi pamoja na wenyeji wa pale jichoni na wangepewa malazi bora zaidi. Hiyo ilikuwa sharia ya ukarimu. Kisha aliwaomba kila mtu, wakiwemo waangalizi wake, wasalimishe silaha zao kwa wanaume walioteuliwa na machifu wakuu wa makabila.

"Hizo ndizo kanuni za vita," kiongozi huyo alieleza. "Majicho ya jangwani hayaruhusiwi kuhifadhi wanajeshi au askari."

Kwa mshangao uliompiga Santiago, yule Bwana Mwingereza alichomoa bastola yake ya aloi ya chuma cha pua na kromiamu kutoka begi lake na akaikabidhi kwa wale wanaume waliokuwa wakikusanya silaha.

"Kwa nini bastola?" Santiago aliuliza.

"Imenisaidia kuwa na imani kwa watu." yule Bwana Mwingereza alijibu.

Huku nyuma Santiago aliwaza juu ya hazina yake. Kila alipokaribia kuitekeleza ndoto yake ndivyo mambo yalivyozidi kuwa magumu. Ilionekana kama kile alichokielezea yule mzee mkongwe kama 'bahati ya mtu anayefanya jambo kwa mara ya kwanza' ilikuwa imekwenda mrama.

Katika msako wake wa ile ndoto, daima alikabiliana
na mitihani ya kung'ang'ania na ujasiri wake. Kwa hiyo
alikuwa mwenda pole asiyejikwaa wala asiye na papara ya
mambo. Kama angesonga mbele kutokana na msukumo
tu, angekosa kuziona alama na ishara alizoachiwa na
Mungu njiani mwake.

'Mungu ameniachia njiani mwangu,' Santiago
alijishangaza kwa wazo hilo. Hadi wakati ule alikuwa
amechukulia zile ishara kama vitu vya dunia hii. Kama
vile kula au kulala au kama msako wa mapenzi au kupata
kazi. Katu hakuwa amezifikiria ishara hizo kwa misingi ya
lugha inayotumiwa na Mungu kumwelekeza anachopaswa
kufanya.

'Usiwe mtovu wa ustahamilivu,' alijikariria usemi
huo. 'Ni kama alivyotamka mwendesha ngamia,' "Kula
wakati ukifika wa kula. Na songa mbele wakati ukiwadia
wa kusonga mbele."

Siku ile ya kwanza kila mmoja alilala kutokana na
uchovu, akiwemo yule Bwana Mwingereza. Santiago
alipewa mahali mbali na rafiki yake, katika hema akiwa
pamoja na vijana watano wa rika lake.

Walikuwa watu wa jangwa na walimshikilia
wakimchochea awasimulie simulizi zake za miji mikuu.

Santiago aliwasimulia juu ya maisha yake kama
mchunga kondoo na alikuwa karibu aanze kusimulia juu
ya uzoefu wake pale kwenye duka la mawe ya kioo wakati
yule Bwana Mwingereza alipotia guu hemani.

"Nimekuwa nikikutafuta asubuhi nzima," alitamka akimwongoza nje Santiago. "Ninakuhitaji unisaidie kumtafuta mualkemia anakoishi."

Kwanza walijaribu kumpata bila msaada wa mtu yeyote. Labda mualkemia huenda akaishi kwa ukaazi ambao ni tofauti na wakaazi wengine wa pale kwenye jicho la jangwa na huenda ikawa jiko ndani ya hema lake liliwaka moto mfululizo. Walisaka kila mahali na wakagundua kuwa lile jicho la jangwa lilikuwa kubwa kuliko walivyodhania: mahema mia kadhaa yalijitandaza ndani.

"Tumepoteza karibu mchana kutwa," alisema yule Bwana Mwingereza akikaa pamoja na Santiago karibu na kisima kimoja.

"Bora tumwulize mtu mmoja," Santiago alipendekeza.

Yule Bwana Mwingereza hakutaka mtu yeyote ajue sababu zilizomfikisha pale kwenye jicho la jangwa na hakuweza kukata shauri. Lakini hatimaye alikubali kwamba Santiago aliyezungumza Kiarabu vizuri zaidi kumshinda yeye afanye hivyo. Santiago alimkaribia mwanamke mmoja aliyekuja pale kisimani kujaza maji kiriba chake cha ngozi ya mbuzi.

"Mama, waambaje mchana huu? Ninajaribu kutafuta maskani anakoishi mualkemia hapa jichoni."

Yule mwanamke alisema kwamba hajawahi kamwe kusikia habari za mtu kama huyo na punde si punde, akatokomelea mbali. Lakini kabla hajawaondokea, alimshauri Santiago bora aepukane kuzungumza na wanawake waliovalia mabuibui meusi kwa sababu walikuwa ni wake wa watu. Anapaswa kuheshimu mila.

Yule Bwana Mwingereza alisikitishwa na jambo hilo. Ilionekana kama kwamba safari yake ndefu iliambulia patupu. Simanzi pia ilimvaa Santiago; rafiki yake alikuwa akifukuzia kudura yake ya kibinafsi. Na wakati mtu akiwa katika mfukuzo kama huo, ulimwengu mzima ulifanya jitihada ya kumsaidia afanikiwe, hivyo ndivyo alivyotamka yule mzee mkongwe. Isingewezekana akosee kutamka hivyo.

"Nilikuwa sijawahi hata siku moja kuwasikia hao waalkemia," alitamka Santiago. "Labda wakaazi wa hapa vivyo hivyo, hawana habari zao."

Macho ya yule Bwana Mwingereza yalimeremeta. "Kumbe! Labda hapa jichoni hakuna mkaazi anayefahamu mualkemia ni mtu gani! Kugundua nani ambaye anatibu maradhi ya watu!"

Wanawake kadhaa waliovalia mabuibui meusi walikuja pale kisimani kuchota maji lakini Santiago hakuthubutu kuzungumza na yeyote kati yao, licha ya yule Bwana Mwingereza kumshinikiza afanye hivyo. Mara bwana mmoja alitokeza.

"Unamjua mtu hapa ambaye anatibu magonjwa ya watu?" aliuliza Santiago.

"Allah ndiye ana uwezo wa kutibu magonjwa yetu," alitamka yule bwana, akionekana wazi akiwaogopa wale wageni. "Mnatafuta waganga wa kichawi."

Alikariri aya za Kuruani kisha akajiondokea.

Bwana mwingine wa Kiarabu alitokezea. Alikuwa na makamo makubwa zaidi na alibeba ndoo ndogo.

Santiago alikariri swali lake.

"Kwa nini unataka kukutana na mtu kama huyo? Mwarabu huyo aliuliza.

"Kwa sababu rafiki yangu hapa amesafiri kwa miezi mingi ili apate kukutana naye," Santiago alijibu.

"Kama kuna mtu kama huyo hapa jichoni, basi lazima atakuwa mwenye mamlaka makubwa sana," alitamka yule Mwarabu mkongwe baada ya tafakari ya nukta chache. "Hata machifu wakuu wa makabila hawana uwezo wa kumwona hata wakitaka kufanya hivyo. Itawezekana tu akitoa kibali.

"Ngojea vita vikome. Kisha ondoka na msafara. Usithubutu kujitosa katika maisha ya makaazi ya jicho," alisema na kuondoka zake.

Lakini yule Bwana Mwingereza alikunjuka kwa furaha. Walikuwa wamekita katika mkondo sahihi.

Hatimaye msichana mmoja alikaribia ambaye hakuvalia buibui. Alibeba chombo begani na uso wake ulifunikwa kwa mtandio lakini hakujifunika sura. Santiago alimkaribia amwulize juu ya yule mualkemia.

Muda ule ule, ulionekana kama akrabu za saa zimeganda na Roho Kuu ya Ulimwengu ilimbubujika moyoni mwake. Macho yake yalipotua juu ya macho meusi ya yule msichana na kuona kwamba midomo yake imechuchumia kati ya kicheko na ukimya, alijifunza sehemu muhimu kabisa ya lugha iliyozungumzwa na walimwengu wote; lugha ambayo kila mtu duniani aliweza kuifahamu katika chembe cha moyo wake. Ilikuwa mapenzi.

Kitu kilichokuwa kikongwe kuliko binadamu, chenye ukale uliopindukia jangwa. Kitu kilichotumia kani ile ile kila jozi mbili za macho zilipokutana kama ilivyosadifu macho yao pale kisimani.

Sura yake yule msichana ilikunjuka kwa tabasamu, hiyo hakika ikiwa ni ishara; ishara aliyokuwa akiisubiri Santiago bila kutanabahi kwamba alikuwa amechovywa katika kumbo hilo kwa maisha yake yote. Ishara aliyoitafuta kuwapata kondoo wake na katika vitabu vyake, ndani ya mawe ya kioo na katika tando la kimya lililotanda jangwani.

Ilikuwa lugha iliyotakasika ya Lugha ya Dunia. Haikuhitaji ufafanuzi, kama vile ulimwengu kutohitajia kitu ukiabiri kupitia mpwito wa wakati unaopwita milele. Kile alichohisi Santiago wakati ule ni kwamba alikuwa mbele ya mwanamke pekee katika maisha yake na kwamba bila kuhitaji maneno, mwanamke huyo kijana alitambua mawimbi yale yale ya hisia. Santiago alikuwa na uhakika kabisa wa mawimbi hayo ya hisia kuliko kitu chochote kingine duniani.

Aliambiwa na wazazi wake na mababu zake kwamba lazima ajitose katika dimbwi la mapenzi na afahamu hulka ya mpenzi wake kwa kina kabla ya kujitia pingu ya usuhuba. Lakini labda watu waliohisi hivyo walikuwa kamwe hawajajifunza lugha ya kilimwengu. Kwa sababu ukiimudu lugha hiyo, ni rahisi kuelewa kwamba kuna binadamu duniani anayekusubiri, iwe katikati ya jangwa au katika mji mkuu fulani. Na wakati watu wawili kama hao wakikutana, na macho yao kushikana, yaliyopita na yajayo yanakuwa si muhimu. Kilichopo ni mpwito wa wakati ule, na ule uhakika wa ajabu kwamba kila kitu kilichoko chini ya jua ni majaaliwa yaliyosukwa na mkono mmoja. Ni mkono ambao unaamsha hisia za mapenzi, na kuumba roho pacha kwa kila mtu duniani. Bila mapenzi kama hayo, ndoto hazingekuwa na maana. 'Maktub,' Santiago aliwaza.

Yule Bwana Mwingereza alimtikisa Santiago: "Jipige konde kifua! Mwulize!

Santiago alipiga hatua na kumkaribia yule msichana na alipokunjua tabasamu, naye Santiago vivyo hivyo alikunjua tabasamu lake.

"Jina lako nani?" Santiago aliuliza.

"Fatima," yule msichana alijibu akishusha macho chini.

"Hata nchini mwangu baadhi ya wanawake wanaitwa kwa jina hilo hilo."

"Ni jina la binti wa Mtume," Fatima alitamka. "Wavamizi walilisambaza jina hili kila mahali." Yule msichana mrembo aliwataja wavamizi wale kwa fahari.

Yule Bwana Mwingereza alimchochea Santiago naye akamwuliza yule binti juu ya yule mtu aliyetibu maradhi ya wagonjwa.

"Huyo ni mtu ambaye anajua siri za dunia," yule msichana alijibu. "Anawasiliana na majini ya jangwani."

Majini yalikuwa pepo zenye roho njema na ovu. Na yule msichana alielekeza kidole kusini, akidokeza kwamba ni kule alikoishi yule mtu wa miujiza. Kisha alijaza chombo chake maji na kuondoka.

Yule Bwana Mwingereza naye alitoweka kumsaka yule mualkemia. Na Santiago alibaki pale kisimani kwa muda mrefu, akiikumbuka ile siku mjini Tarifa wakati Levante, ule upepo wa Mediterania, ulipomhanikizia manukato ya yule msichana aliyemwondokea akatambua kwamba alikuwa amempenda hata kabla ya kujua alikuwapo duniani. Alijua kwamba mapenzi ya yule msichana yangemwezesha kugundua kila hazina duniani.

Siku ya pili yake Santiago alirejea pale kisimani, akibeba matumaini ya kumwona tena yule msichana mrembo. Kwa mshangao, yule Bwana Mwingereza alikuwako pale kisimani, macho yake yakirandaranda jangwani.

"Nilingoja mchana kutwa na jioni," alitamka yule Bwana Mwingereza. "Alitokea wakati mmoja na kuonekana kwa nyota za kwanza kumeremeta jioni. Nilimweleza nilichokuwa ninakisaka na akaniuliza kama nimewahi kugeuza risasi kuwa dhahabu. Nikamjibu kuwa hiyo ndio taaluma iliyonileta hapa jangwani kujifunza.

Aliniambia nijaribu kufanya hivyo. Ni hayo tu aliyoniambia: 'Nenda ukajaribu.'

Santiago alinyamaa bila kusema kitu. 'Maskini, yule Bwana Mwingereza alikuwa amefunga safari ndefu kupindukia akaishia tu kuambiwa afanye tena kile alichokuwa ameshakifanya mara nyingi.'

"Basi jaribu," alimtamkia yule Bwana Mwingereza.

"Hivyo ndivyo nitakavyofanya. Nitaanza tokea sasa."

Yule Bwana Mwingereza aliondoka akipishana na Fatima aliyewasili kisimani na kukijaza chombo chake maji.

"Nimekuja tena hapa kukufunulia jambo moja tu," alitamka Santiago. "Ninataka uwe mke wangu. Ninakupenda."

Kile chombo mara kilidondoka kutoka mikono ya yule msichana na maji yakamwagika.

"Nitakusubiri hapa kila siku. Nimevuka jangwa katika msako wa hazina iliyo karibu na Piramidi na kwangu mimi, vita vilikuwa laana. Lakini sasa ni neema kwa sababu imeniunganisha na wewe."

"Vita vitakoma siku moja," yule msichana alinena.

Macho ya Santiago yalitazama huku na kule kisha yakatua juu ya michikichi ya tende. Alijikumbusha kwamba wakati mmoja alikuwa mchunga kondoo na kwamba anaweza kuwa mchungaji tena. Fatima alikuwa muhimu zaidi kuliko ile hazina yake.

"Wanaume wa makabila daima huwa kwenye msako wa hazina," yule msichana alisema kama kwamba anayachota mawazo ya Santiago. "Na wanawake wa jangwani huwaonea fahari wanaume hao wa makabila."

Alichota tena maji na kujaza chombo chake kisha akaondoka.

Santiago alikwenda pale kisimani kila siku kukutana na Fatima. Alimsimulia maisha yake kama mchungaji, juu ya yule mfalme na juu ya lile duka la mawe ya kioo.

Urafiki ukachanua kati yao na isipokuwa ile robo saa aliyoipitisha akiwa pamoja na yule msichana, muda wa kila siku ulitambaa taratibu utadhani umesangaa. Wakati alipokuwa amepitisha karibu mwezi pale jichoni, kiongozi wa msafara aliitisha mkutano wa wasafiri wote waliokuwa pamoja naye.

"Hatujui lini vita vitamalizika kwa hivyo safari yetu imekwama," alitamka. Mapambano huenda yakadumu kwa muda mrefu, hata miaka. Kila upande una nguvu kali na vita hivyo ni muhimu kwa kila jeshi la pande hizo. Wala si vita kati ya mema na maovu. Ni vita kati ya vikosi viwili ambavyo vinapigania hatamu za msawazisho wa mamlaka na wakati aina hiyo ya vita ikilipuka, hudumu kwa muda mrefu kuliko vita vya kawaida; kwa sababu Allah yuko pande zote mbili."

Watu walirudi pale walipoishi na Santiago alikwenda kukutana na Fatima baada ya saa za adhuhuri. Alimpasha taarifa ya mkutano wao wa asubuhi. "Siku tulipokutana," Fatima alisema, "Uliniambia unanipenda. Kisha ukanifunza kitu juu ya lugha ya kilimwengu na Roho Kuu ya Ulimwengu. Kwa sababu hiyo, nimekuwa sehemu yako."

Santiago alisikiliza ile sauti ya yule binti na akaihisi ikiwa mwanana kuliko sauti ya mpulizo wa upepo uliopuliza kati ya michikichi ya mitende.

"Nimekuwa nikikusubiri hapa katika jicho hili la jangwani kwa muda mrefu. Nimeyasahau maisha yangu yaliyopita, kuhusu desturi zetu na jinsi wanaume wa jangwani wanavyotarajia wanawake wafuate tabia fulani.

Tangu utotoni, nimefuga ndoto kwamba jangwa hili litanitunukia zawadi aali. Sasa zawadi hiyo imewasili na ni wewe."

Santiago alitaka kumshika mikono. Lakini mikono ya Fatima ilishikilia vishikio vya jagi lake.

"Umenisimulia ndoto zako, mfalme mkongwe na hazina yako. Na hata umenisimulia juu ya ishara. Kwa hiyo sasa siogopi kitu kwani ishara hizo ndizo zilizokuleta kwangu. Na mimi ni sehemu ya ndoto yako, sehemu ya hatima yako ya kibinafsi, kama unavyoiita.

Hiyo ndio sababu ninakutaka usonge mbele katika mwelekeo wa shabaha yako. Ukitaka kungojea hadi vita vikome, basi ngoja. Lakini kama ni lazima uende kabla ya hapo, endelea katika msako wa ndoto yako. Matuta ya mchanga hubadilishwa na upepo lakini jangwa katu halibadiliki. Hivyo ndivyo mapenzi yetu yatakavyopuliza kati yetu."

'Maktub' alitamka. "Kama kweli mimi ni sehemu ya ndoto yako, siku moja utarejea."

Wingu la huzuni lilimvaa Santiago alipoachana naye siku ile. Aliwaza juu ya wachunga kondoo wote aliowajua waliofunga ndoa. Walikabiliwa na wakati mgumu kuwashawishi wake zao kwamba iliwapasa kuelekea kwenye maeneo ya mbali. Mapenzi yaliwataka wabaki na wapenzi wao.

Alimsimulia mawazo hayo Fatima katika mkutano wao uliofuata.

"Jangwa hutupokonya wanaume wetu na daima si lazima warejee," alitamka yule msichana.

"Hilo tunalifahamu na tumelizoea. Wale wasiorejea huwa biwi la mawingu, sehemu ya wanyama wanaojificha katika makorongo na katika maji yanayobubujika kutoka ardhini. Wanakuwa sehemu ya kila kitu... wanakuwa Roho ya Dunia.

Wengine hurejea. Na wake wengine hutunga furaha kwa sababu wanaamini kuwa waume wao huenda wakarejea pia siku moja. Nilikuwa nikiwatazama wanawake hao na kuionea wivu furaha yao. Sasa mimi pia nitatumbukia katika kumbo la wake wanaosubiri.

Mimi ni mwanamke wa jangwani na ninajionea fahari kwa hilo. Ninamtaka mume wangu atange na kusonga mbele kama upepo unaosuka sura za matuta ya mchanga. Na nikilazimika, nitakubali uhalisia kwamba yeye amekuwa biwi la mawingu, na wanyama na maji ya jangwani.

Santiago alikwenda kumtafuta yule Bwana Mwingereza. Alitaka kumhadithia juu ya Fatima. Alishangaa kuona kwamba yule Bwana Mwingereza alikuwa amejijengea tanuu nje ya kambi yake.

Lilikuwa tanuu la kiajabuajabu, likichochewa moto na kuni na flaski angavu juu yake. Wakati macho ya yule Bwana Mwingereza yakiangazia jangwa, macho yake yaling'aa zaidi kuliko vile yalivyokuwa wakati akisoma vitabu vyake.

"Hii ni hatua ya kwanza ya shughuli yenyewe," alitamka. "Inanipasa kuichuja salfuri. Kufanikisha hivyo, lazima nisiwe na tone la hofu ya kushindwa. Ilikuwa hofu ya kushindwa ambayo mwanzo ilinizuia kutokana

104

na jaribio la Kazi Kuu Tukufu. Sasa nimeanza hatua ambayo ningekuwa nimeianza miaka kumi iliyopita. Hata hivyo, nina furaha angalau kwamba sikungoja kwa miaka ishirini."

Aliendelea kuukoka moto na Santiago alibaki pale mpaka jangwa lilipotandaa tando la kiwaridi kutokana na kuzama kwa jua. Alihisi moto wa kujitosa jangwani kuona kama kimya chake kilichotanda kote kilificha ufumbuzi wa vitendawili vyake.

Alizurura huku na kule akihakikisha mandhari ya michikichi ya tende haimpotei upeoni. Alitega sikio na kusikiliza mvumo wa upepo, akahisi mguso wa mawe chini ya nyayo zake. Hapa na pale alikuta maganda, na akabaini kwamba zama za kale, jangwa lilikuwa bahari. Alijikalisha juu ya jiwe moja, akajizamisha katika mzugo wa upeo wa macho. Aliwaza na kuwazua akipepeta kama kuna tofauti kati ya dhana ya mapenzi na umilikaji na akaishia njia panda. Lakini Fatima alikuwa mwanamke wa jangwani na kama palikuwa na kitu cha kumpa ufahamu wa kina, hapakuwa na kingine ila jangwa.

Akikaa pale na kuchemsha bongo, alihisi nyendo fulani juu yake. Akitazama juu, aliona jozi ya mwewe wakipaa nyanda za juu angani.

Macho yake yalinasa nyendoni mwa wale mwewe waliopaa kwa msukumo wa upepo. Ingawa kupaa kwao kulionekana hakudhihirishi ruwaza yoyote, kulimpa hisia fulani Santiago. Lakini hakuweza kubaini maana halisi iliyojivumbika ndani ya ruwaza yenyewe.

Macho yake yalifuatilia nyendo za wale ndege, yakijaribu kufasiri kitu fulani ndani yake. Labda ndege hao wa jangwani wangeweza kumfafanulia maana ya mapenzi bila umilikaji.

Usingizi ulimzonga. Moyoni alitaka kubaki macho lakini pia alitaka kulala. 'Ninajifunza Lugha ya Dunia na kila kitu duniani kinaanza kuwa na maana fulani kwangu... hata kupaa kwa mwewe,' alijiambia kimoyomoyo. Na katika hali hiyo ya moyo, Santiago alishukuru kuwa amezama katika dimbwi la mapenzi. 'Ukiwa umezama mapenzini, vitu huwa na maana zaidi,' aliwaza.

Ghafla, mwewe mmoja alifyatuka na kupiga mbizi angani, akimshambulia mwingine. Na mwewe huyo alivyofanya hivyo, taswira ya nukta mbili tatu ilimfyatukia Santiago: jeshi lililojiandaa kwa mapanga, likivamia eneo la jicho la jangwa. Taswira hiyo iliyeyuka kwa mpigo lakini ilimshtua sana. Alikuwa amewahi kusikia watu wakizungumzia mazigazi na hata yeye binafsi alikwishawahi kuyaona: yalikuwa matamanio ambayo kwa sababu ya jadhba yao, yalitandaa juu ya mchanga wa jangwa. Lakini kamwe hakutamani kwamba jeshi livamie lile eneo la jicho.

Alitaka kuizika ile taswira iliyomfyatukia na kurejelea mzamo wake wa tafakari. Alijaribu tena kukusanya mtazamo wake juu ya vivuli vya kimawaridi vya jangwa na mawe yake. Lakini palikuwa na kitu moyoni mwake kilichoibua kizingiti dhidi ya utendaji huo.

"Daima zisikilize ishara," yule mzee mkongwe alikuwa amemtamkia. Santiago aliipepeta tena ile taswira iliyomfyatukia na akahisi kwamba kwa hakika itatendeka.

Aliinuka akarejea na kuelekea kule kwenye michikichi ya mitende. Kwa mara nyingine alitambua lugha nyingi zilizomo katika vitu vilivyomzingira: safari hii jangwa lilikuwa salama na ni eneo la jicho ambalo lilikuwa la hatari.

Mwendesha ngamia alikuwa amekaa chini ya mchikichi mmoja wa tende akiangalia jua likizama upeoni. Alimwona Santiago akitokeza kutoka upande wa pili wa machungu ya mchanga.

"Jeshi linatujia," alitamka endesha ngamia juu ya wale mwewe: kwamba alikuwa akitazama nyendo za kupaa kwao angani ruwaza iliyokaribia kujidhihirisha, mara alijihisi ametumbukizwa katika Roho Kuu ya Ulimwengu.

Mwendesha ngamia alimwelewa Santiago juu ya kile alichokuwa anakieleza. Mtu angeweza kufungua ukurasa wowote wa kitabu, au kutalii mkono wa mtu; mtu angeweza kupindua karata au kuangalia nyendo za kupaa kwa ndege... iwe iwacho kinachoangaliwa, mtu angegundua uhusiano kati ya uzoefu wake wa pigo la wakati ule. Kwa hakika, haikupelekea kwamba vitu hivyo ndanimwe, vilifichua maana yoyote; ilikuwa tu kwamba watu wakitazama nyendo zinazojifunua kwenye mazingira yao, waliweza kupata njia ya kujipenyeza kwenye Roho Kuu ya Ulimwengu.

Jangwa lilifurika wanaume ambao walijitarazaki kufungamana na urahisi uliowawezesha kupenya ndani ya Roho Kuu ya Ulimwengu. Walijulikana kama watabiri na wanawake na wazee waliwaogopa. Hata wanaume wa makabila pia walitahadhari kushauriana nao kwa sababu katu isingewezekana kujizatiti vizuri vitani lau mtu angejua kwamba majaaliwa yake yalikuwa kifo. Wanaume wa makabila walipendelea mwonjo wa vita na msisimko wa kutojua matokeo yangekuwaje; majaaliwa tayari yalikuwa yameshaandikwa na Allah na kile alichokiandika daima kilikuwa cha wema kwa binadamu. Kwa hiyo wanaume wa makabila waliishi tu katika ulimwengu wa leo kwa sababu mamboleo yalijaa maajabu na kwamba iliwabidi watanabahi juu ya mambo mengi: upanga wa adui ulikuwa wapi? Farasi wake alikuwa wapi? Pigo la aina gani mtu anapaswa kulitumia katika mapambano yajayo ili ajinusuru?

Mwendesha ngamia hakuwa mpiganaji, na alikuwa ameomba ushauri kutoka kwa waonaji hao. Wengi hawakukosea katika kile walichokisema wakati wengine walikosea. Kisha siku moja, mwonaji mkongwe kabisa aliyewahi kumwomba ushauri (na aliyeogopwa kuliko wote) aliuliza kwa nini mwendesha ngamia alikuwa na hamu kuu ya kutaka kujua mustakabali wake.

"Ukweli... ili kuniwezesha kutenda mambo," alijibu mwendesha ngamia. "Na ili niweze kubadili yale mambo ambayo sitaki yatendeke."

"Lakini hayo hayawezi kuwa sehemu ya majaaliwa yako," yule mwonaji mkongwe alimkosoa.

"Mmm... Labda ninataka tu kujua mustakabali ili niweze kujiandaa kwa yale yaliyo njiani kunisibu."

"Kama mambo mazuri yanakuja, yatakuwa mshangao wa kupendeza," alitamka mwonaji mkongwe.

"Na mambo yawe mabaya, na uyajue kabla hayajasibu, utasumbuka mno hata kabla hayajatendeka."

"Ninataka kujua juu ya mustakabali kwa sababu mimi ni mwanamume," yule mwendesha ngamia alimtamkia mwonaji mkongwe. "Na wanaume daima wanaishi maisha yao kufungamana na majaaliwa yao."

Yule mwonaji mkongwe alikuwa mtaalamu wa kutupa matagaa; aliyatupa ardhini na akafanya fasiri kulingana na jinsi yalivyoanguka chini. Siku ile hakukalibu. Alifungasha yale matagaa ndani ya kipande cha kitambaa na akayarudisha ndani ya begi lake.

"Ninajipatia riziki kwa kutabiri majaaliwa ya watu," alitamka yule mwonaji mkongwe. "Ninajua sayansi ya matagaa na ninajua jinsi ya kuyatumia kupenya mahali ambako kila kitu kimeandikwa. Pale, ninaweza kubaini mambo yaliyopita, kugundua yale ambayo tayari yamekwishasahauliwa na kuzimudu ishara ambazo zinaelea katika mpwito wa mamboleo.

Wakati watu wakinitaka ushauri si kwamba nina mwono wa majaaliwa; ninabahatisha juu ya mambokesho. Majaaliwa yapo chini ya kudura za Mungu na ni yeye pekee ambaye huyafichua chini ya mazingira ya kipekee. Vipi ninabahatisha mambo yanayokuja kesho na kesho kutwa? Kufungamana na ishara za mamboleo.

Siri imejifumba katika mamboleo. Ukizamia ya mamboleo, unaweza kuuimarisha zaidi. Na ukiimarisha mamboleo kile kitakachokuja baadaye pia kitakuwa bora zaidi. Sahau ya kesho na kesho kutwa na ishi kila siku kulingana na mafunzo, pakiwa imani kwamba Mungu

anawapenda wanawe. Kila siku yenyewe, huleta ndani
yake mpulizo wa milele."

Mwendesha ngamia alikuwa ameuliza mazingira gani
yanayopeleka Mungu kumruhusu aone majaaliwa.

"Ni pale Mungu mwenyewe akiifichua. Na Mungu
nadra mno kufichua majaaliwa. Akifanya hivyo, ni kutokana
na sababu moja pekee: ni majaaliwa yaliyoandikwa ili
yapate kurejelewa."

'Mungu alikuwa amemwonyesha Santiago sehemu
ya majaaliwa,' mwendesha ngamia aliwaza. 'Kwa nini
alimtaka Santiago atoe huduma kama ala yake?'

"Nenda ukazungumze na machifu wa wanaume wa
makabila," aliagiza mwendesha ngamia. "Waarifu juu ya
majeshi yanayoelekea huku."

"Watanicheka."

"Ni wanaume wa jangwa na wanaume wa jangwa
wamezoea kukabiliana na ishara."

"Basi kama ni hivyo, labda tayari wanajua."

"Hawana wasiwasi juu ya kujiri kwa majeshi kwa
wakati huu. Wanaamini kwamba lau wanapaswa kujua
kitu fulani, Allah anataka wajue, mtu mmoja atawajuulisha
juu yake. Imeshatokea mara nyingi kabla. Lakini safari hii
ni wewe."

Santiago alimfikiria Fatima. Na aliamua angekwenda
kuwaona viongozi wakuu wa wanaume wa makabila.

❖ ❖ ❖

Santiago alikurubia walinzi walioshika doria mbele
ya kambi moja kubwa nyeupe iliyosimama katikati ya
eneo la jicho la jangwa.

"Ninataka kuwaona machifu wakuu. Nimeleta ishara za jangwa."

Bila kumjibu, mlinzi aliingia hemani ambako alibaki ndani kwa muda. Alipotokezea, aliandamana na kijana wa Kiarabu aliyevalia nguo nyeupe na za dhahabu. Santiago alimweleza yule kijana wa Kiarabu kile alichokiona na yule kijana wa Kiarabu alimwambia asubiri pale. Alitowekea ndani ya hema.

Usiku ulikucha na msururu wa wanaume wapiganaji na wafanyabiashara uliingia na kutoka hemani. Moja baada ya moja, mioto ya kambi ilizimwa na kimya kilitawala jichoni kama jangwa lenyewe. Taa tu za lile hema kuu zilibaki zikiwaka. Wakati wote huo fikira za Santiago zilimfikiria Fatima na bado hakuweza kutanzua tanzu la mazungumzo yao ya mwisho naye.

Hatimaye baada ya mpito wa kungojea saa kadhaa, yule mlinzi alimwashiria Santiago aingie hema kuu. Mshangao mkuu ulimvaa kutokana na kile alichokiona hemani. Kamwe hangeweza kuwa na dhana ya alichokiona, kwamba pale katikati ya jangwa palikuwa pamekita hema kama lile.

Ardhi ilikuwa imefunikwa kwa mazulia ambayo hajawahi kuona namna yake yaliyotia kiwi macho kwa uzuri, na kutoka darini, kandili za dhahabu zilizoundwa kwa mikono zilining'inia, kila moja ikiwa na mshumaa uliowashwa. Nyuma ya hema kuu, nusu duara ya viongozi wakuu wa wanaume wa makabila ilikaa kitako, huku kila mmoja akiegemea mito ya hariri iliyodariziwa. Watumishi waliingia na kutoka wakibeba sinia zilizojaa viungo na vikolezo na chai. Watumishi wengine walichochea moto kwenye maburuma. Mazingira yalihanikizwa na moshi wenye harufu nogefu.

Nusu duara ile ilijumuisha viongozi wakuu wanane wa wanaume wa makabila na macho ya Santiago yalibaini kwa mpigo nani kati yao alikuwa kinara wao: Mwarabu aliyevalia mavazi meupe na ya dhahabu, akikaa katikati ya ile nusu duara. Ubavuni alikuwa amejibanza yule kijana wa Kiarabu aliyezungumza na Santiago hapo awali.

"Nani huyo mgeni ambaye anazungumzia ishara!" aliuliza mmoja wa machifu wakuu, huku macho yake yakimwangaza Santiago.

"Ni mimi," Santiago alijibu. Na akasimulia kile alichokiona.

"Kwa nini jangwa lingemfichulia mgeni mambo kama hayo wakati linajua kwamba sisi tumekuwa hapa kizazi hadi kizazi?" aliuliza kiongozi mwingine.

"Kwa sababu macho yangu bado hayana uzoefu wa jangwa," alijibu Santiago. "Nina kipawa cha kuona visivyoonekana ambapo macho mazoefu ya jangwa hayawezi kuviona."

'Na vilevile kwa sababu ninajua juu ya Roho Kuu ya Ulimwengu,' Santiago alijiwazia kimoyomoyo.

"Eneo la jicho halikuinamia upande wowote. Hakuna anayejasiri kulishambulia eneo la jicho," alitamka kiongozi wa tatu.

"Mimi ninaweza tu kuwasimulia nilichokishuhudia. Kama hamtaki kuniamini, hamna haja ya kufanya lolote juu yake."

Viongozi wakuu walizama katika jungu la mazungumzo yaliyotokota. Walizungumza wakitumia lahaja moja ya Kiarabu ambayo ilimshinda Santiago kuifahamu, lakini alipojiandaa kuondoka, yule mlinzi alimwamuru asiondoke. Dukuduku la hofu lilimwingia moyoni; ishara zilimwambia mambo yamechachuka. Alijutia kumwambia mwendesha ngamia juu ya kile alichokiona jangwani.

Mara sura ya yule kinara aliyekaa katikati ya wale viongozi wakuu ilikunjua tabasamu tambulishi na zonge la hofu ya Santiago lilijizongoa kidogo. Kinara huyo hakuwa ameshiriki katika mjadala ule na ikizidi, hadi wakati ule hakuwa amechangia lolote. Lakini Santiago tayari alikuwa amezoea Lugha ya Dunia na aliweza kuhisi mawimbi ya amani yakirindima pale hemani. Sasa wangavu wake wa akili ulimwambia kuwa alikuwa amefanya vizuri kuja pale.

Majadiliano yalikoma. Viongozi wakuu walinyamaa kimya kwa dakika chache wakisikiliza kauli za kinara wao mkongwe. Kisha kinara huyo alimgeukia Santiago: safari hii macho yake yalizizima kwa ubaridi na kujitenga.

"Miaka elfu mbili katika ardhi mbali na hapa, mtu mmoja ambaye aliamini ndoto alitupwa ndani ya handaki la wafungwa chini ya ardhi na kisha akauzwa kama watumwa," yule kinara mkongwe alitamka, sasa kwa lahaja aliyoifahamu Santiago. "Wafanyabiashara wetu walimnunua mtumwa huyo na wakampeleka hadi Misri. Sote tunajua kuwa yeyote mwenye imani na ndoto pia anajua jinsi ya kuzifasiri."

Yule kinara mkongwe aliendelea,"Wakati Firauni alipoota ndoto ya ng'ombe waliokonda na ng'ombe walionona, mtu huyo ninayemzungumza aliiokoa Misri kutoka janga la njaa kubwa. Jina lake lilikuwa Yusufu. Yeye, pia, alikuwa mgeni katika ardhi ngeni, kama wewe, na labda alikuwa na makamo kama yako. Yule kinara mkongwe alitua na macho yake bado yaliangaza ubaridi mkavu.

"Daima tunatii Mila. Mila ziliiokoa Misri kutokana na njaa kali zama hizo na zikapelekea Wamisri kuchuma utajiri usio kifani. Mila hufunza wanaume jinsi ya kuvuka jangwa na jinsi watoto wao wanavyopaswa kufunga ndoa. Mila zinasema kwamba eneo la jicho ni ardhi isiyoinamia upande wowote kwa sababu pande zote zina majicho na kwa hiyo zote zina mazingira yanayoweza kudhurika."

Kimya kilivuma yule kinara mkongwe alipoendelea kuzungumza.

"Lakini Mila pia zinasema kwamba tunapaswa kuamini jumbe za jangwa. Kila kitu tunachokijua tulifunzwa na jangwa."

Yule kinara mkongwe alitoa ishara na kila mmoja akasimama. Mkutano ulimalizika. Maburuma yalizimwa na walinzi walisimama chonjo. Santiago alijitayarisha kuondoka lakini yule kinara mkongwe alinena tena:

"Kesho tutavunja makubaliano yanayosema kwamba mtu yeyote hana ruhusa ya kubeba silaha hapa jichoni. Siku nzima tutakaa chonjo tukitazamia maadui kutuvamia. Jua likizama, wanaume kwa mara nyingine watasalimisha silaha zao kwangu.

Kwa kila kifo cha adui kumi miongoni mwa adui zetu, utatuzwa kipande cha dhahabu."

"Lakini silaha haziwezi kutumiwa isipokuwa pale wao pia wakijiingiza katika mapambano. Silaha zina sura mbili kama jangwa na kama hazitumiwi, safari nyingine huenda zisifanye kazi. Kama angalau moja haijatumika kufikia mwisho wa siku hapo kesho, moja itatumiwa dhidi yako."

Santiago alipoondoka hemani, eneo la jicho liliangaziwa tu na mbalamwezi ya mwezi uliojaa. Hema lake lilikuwa umbali unaochukua dakika ishirini kulifikia, na akaanza kuelekea huko.

Mshtuko wa hofu ulimkumba kwa kile kilichokuwa kimetokea. Alikuwa amefanikiwa kujipenyeza ndani ya Roho Kuu ya Ulimwengu na sasa malipo ya ufanisi huo huenda yakawa maisha yake. Ilikuwa bahati nasibu ya kutisha. Lakini yeye hakuwa mwoga wa pata potea tangu ile siku alipowauza kondoo wake katika msako wa kudura yake ya kibinafsi. Na kama mwendesha ngamia alivyomwambia, 'Kifo cha kesho hakitofautiani na kifo cha siku yoyote nyingine.' Kila siku ilikuwa kwa mtu kuishi au kuwa siku ya kuagana na dunia hii. Kila kitu kilitegemea neno moja: 'Maktub.'

Santiago alikata njia kwenye ukimya wa jangwa, hakuwa na majuto. Kama angekufa kesho yake ingekuwa kwa sababu Mungu hakutaka kubadili mkondo wa majaaliwa. Angekuwa angalau amekufa baada ya kuvuka ule mlango bahari; baada ya kufanya kazi katika duka la mawe ya kioo na baada ya kuufahamu ukimya wa jangwa na macho ya Fatima.

Alikuwa ameishi kila siku ya maisha yake kwa jadhba
kuu tangu alipoondoka nyumbani miaka mingi iliyopita.
Lau angekufa kesho, tayari angekuwa ameshaona mengi
kupindukia wachungaji wenzake na hilo lilimpuliza
fahari moyoni.

Ghafla alisikia kishindo cha sauti, akajikuta ametupwa
chini ardhini na upepo uliokuwa na mvumo wa ajabu
asiowahi kuushuhudia.

Eneo lile lilitifuliwa na mzunguko mkali ajabu
wa vumbi kiasi cha kuyaziba mandhari ya mwezi.
Mbele yake alisimama farasi mweupe mkubwa ajabu
akimwinulia miguu yake ya mbele akilia mlio wa
kuogofya.

Vumbi lililomziba macho lilipopukutika na kutulia
kidogo, Santiago alikumbwa na mtetemeko kuona
taswira iliyomfunukia mbele yake. Miguu iliyojipachika
kila ubavu wa farasi ilikuwa ya barobaro aliyevalia
mavazi meusi ti ti ti huku kipanga akitulia juu ya bega
lake la kushoto.

Alivaa kilemba na sura yake nzima ilizibwa na
kitambaa cheusi, isipokuwa macho yake. Alionekana
kama tarishi wa jangwa lakini mandhari yake yalijenga
taswira yenye nguvu kubwa kuliko tarishi tu.

Yule mpanda farasi wa ajabu alifutua jambia kubwa
lenye pindo kutoka ala iliyojipachika ubavuni mwa kikalio
cha yule farasi. Ubapa wa chuma cha pua uling'arishwa
na miale ya mbalamwezi.

"Nani anayethubutu kufasiri maana ya ruwaza ya
kupaa kwa mwewe?" alinguruma kwa sauti kuu kiasi cha

kuyafanya maneno yake yarindime na kudunda kama mwangwi uliopenya katikati ya michikichi elfu hamsini ya tende ya jicho la Al-Fayoum.

"Ni mimi niliyejasiri kufanya hivyo," alitamka Santiago. Alikumbushwa taswira ya Santiago Matamoros aliyepanda farasi mweupe na makafiri wakiwa chini ya kwato zake. Huyu mwanamume alikuwa chapa moja isipokuwa majukumu yalikuwa yamepinduka kinyume chake.

"Ni mimi niliyethubutu kufanya hivyo," Santiago alijibu na aliinamisha kichwa apate pigo la lile jambia. "Maisha ya wengi yatanusurika kwa sababu nimeweza kuona kupitiliza Roho Kuu ya Ulimwengu."

Jambia halikupiga. Badala yake, yule mtu wa ajabu aliliteremsha taratibu mpaka ncha yake ikatua na kuligusa paji la kichwa cha Santiago. Likachuruzisha tone la damu.

Yule mpanda farasi hakutingishika hata kidogo, naye Santiago vivyo hivyo hakutingishika. Wala wazo la kujitorosha halikumpiga Santiago. Moyoni mwake alihisi hisia ngeni za furaha: kifo kilimkabili nukta chache tu kutokana na msako wake wa kudura yake ya kibinafsi.

Na kwa ajili ya Fatima. Ishara zilikuwa na ukweli hatimaye. Sasa alikuwa akikabiliana ana kwa ana na adui yake lakini hapakuwa na haja ya kuwa na dukuduku la kifo — Roho Kuu ya Ulimwengu ilimngojea na pindi angekuwa sehemu yake. Na kesho yake, adui yake vilevile angekuwa sehemu ya Roho Kuu ile ile.

Yule mpanda farasi aliendelea kutuliza ncha ya jambia lake kwenye paji la kichwa cha Santiago. "Kwa nini ulifasiri nyendo za ruwaza ya kupaa kwa ndege?"

"Nilifasiri tu kile walichotaka ndege kuniambia. Walitaka kuliokoa eneo la jicho. Kesho nyote mtakufa kwa sababu jicho lina mabarobaro wengi kushinda idadi ya vikosi vyenu."

Jambia lilibaki pale pale. "Wewe ni nani kufuta kile Allah alichokiandika?"

"Allah aliumba majeshi na vilevile aliumba mwewe. Allah amenifunza lugha ya ndege. Kila kitu kimeandikwa kwa mkono ule ule," Santiago alitamka akikumbuka kauli ya mwendesha ngamia.

Yule mpanda farasi aliondoa jambia lake kutoka paji la kichwa cha Santiago na dukuduku la hofu lilimyeyuka. Lakini bado hakuweza kukimbia.

"Chunga ubashiri wako," alitamka yule mpanda farasi. "Liandikwalo halifutiki, hakuna njia ya kulibadili."

"Nilichokiona kilikuwa jeshi tu," alisema Santiago. "Sikuona matokeo ya mapambano."

Jibu lile lilionekana kumtosheleza yule mpanda farasi. Lakini jambia bado lilikuwa mkononi mwake. "Mgeni anafanya nini katika ardhi ngeni?"

"Ninaandama hatima yangu ya kibinafsi. Si jambo ambalo utalielewa."

Yule mpanda farasi alichomeka jambia lake kwenye ala yake na Santiago na hofu yake ikazidi kumwondokea.

"Ilinilazimu kukupa mtihani wa ujasiri wako," yule mpanda farasi alisema. "Ushujaa ni hulka, ni kigezo kikuu kabisa cha kuelewa Lugha ya Dunia."

Santiago alipigwa na bumbuwazi. Yule mgeni alikuwa anazungumzia mambo ambayo watu wachache waliyajua. "Usiache azimio lako, hata ukaja kufikia umbali huu wa safari yako," aliendelea. "Unapaswa kulipenda jangwa lakini usiliamini kabisa. Kwa sababu jangwa huwapa mtihani wanaume wote: huibua changamoto kwa kila hatua na huwaangamiza wale wanaoondokana na mkondo huo wa mawazo."

Kile alichokisema yule mpanda farasi kilimkumbusha Santiago juu ya yule mfalme mkongwe.

"Kama wanajeshi wakija hapa na kichwa chako bado kiko juu ya mabega yako kufikia magharibi, njoo unitafute," aliongezea yule mpanda farasi.

Mkono ule ule uliopunga jambia sasa ulikamata kiboko. Farasi aliinua kwato zake za miguu ya mbele akatifua wingu la vumbi.

"Unaishi wapi?" Santiago alipaaza sauti huku yule mpanda farasi akimchochea farasi na kuondoka.

Mkono wenye kiboko ulielekeza kusini.

Santiago alikuwa amekutana na mualkemia.

⟡ · ⟡ · ⟡

Asubuhi iliyofuata ilipopambazuka kundi la wanaume elfu mbili wenye silaha walikuwa wametawanyika kila palipokuwa na michikichi ya mitende pale kwenye jicho la Al-Fayoum. Kabla jua halijapanda hadi utosini, wanaume mia tano wa makabila walizuka upeoni. Wanajeshi hao waliopanda wanyama waliingia jichoni kutokea kaskazini; walionekana kama msafara wa amani lakini kila mmoja alikuwa amebeba silaha iliyofichwa ndani ya majoho yao. Walipofikia kitovu cha jicho la Al-Fayoum, walichomoa majambia yao na bunduki. Na walishambulia hema lisilo na mtu.

Wanaume wa jichoni waliwazingira wale wapanda farasi wa kiume kutoka jangwani na katika kipindi cha nusu saa, karibu washambulizi wote waliuliwa isipokuwa mmoja. Watoto walikuwa wametengwa upande mwingine wa kichaka cha michikichi ya tende na hawakuona kilichotokea.

Wanawake walikuwa wamebaki ndani ya kambi zao, wakiwaombea ibada ya kuwasalimisha waume zao na wao vilevile hawakushuhudia kilichotendeka. Isingekuwa maiti zilizozagaa pale ardhini, siku hiyo ingekuwa kama ya kawaida pale jichoni.

Yule mwanajeshi aliyesalimika pekee alikuwa amiri mkuu wa majeshi. Mchana ule alifikishwa mbele ya machifu wakuu wa makabila ambao walimwuliza kwa nini walikiuka kiapo cha Mila. Yule amiri jeshi alisema kwamba wanajeshi wake walikuwa wamekabiliwa na njaa na kiu, wakibanwa na uchovu wa mapambano ya siku nyingi na waliamua kuliteka eneo la jicho ili waweze kurudi vitani.

Kinara wa viongozi wakuu wa makabila alisema kwamba aliwasikitikia wanajeshi hao lakini alisema kwamba kiapo cha Mila kilikuwa kitakatifu. Aliamuru yule amiri jeshi auliwe bila heshima. Badala ya kuuliwa kwa ubapa wa jambia au risasi ya bunduki, alitiwa kitanzi na kunyongwa katika mti wa mchikichi uliokauka ambako mwili wake ulijinyonganyonga katika mpulizo wa upepo wa jangwa.

Kinara huyo alimwita Santiago na akampa zawadi ya vipande hamsini vya dhahabu. Alikariri hadithi ya Yusufu wa Misri na akamtaka Santiago awe mshauri wa pale jichoni.

✧ ✧ ✧

Jua lilipokuchwa na nyota za mwanzo kuchomoza mbinguni, Santiago alianza kutembea akielekea kusini. Hatimaye aliona kambi na kundi la Waarabu wakipishana naye walimwambia kwamba mahali pale palikuwa maskani ya majini. Lakini Santiago alijikalisha na kungojea.

Hadi mwezi uliponing'inia utosini ndipo mualkemia alipojitokeza. Mabegani alibeba mwewe wawili waliokufa.

"Niko hapa," Santiago alitangaza.

"Hustahili kuwa hapa," mualkemia alijibu. "Au ni hatima yako ya kibinafsi inakuleta hapa?"

"Mapambano yamechacha kati ya makabila, ni vigumu sana kulivuka jangwa. Kwa hiyo nimekuja hapa."

Mualkemia alishuka kutoka kwa farasi wake na akamwashiria Santiago aandamane naye hadi ndani ya hema. Ilikuwa kambi mithili ya kambi nyingi za jichoni. Macho ya Santiago yalirandaranda huku na kule yakitafuta meko na zana nyingine zinazotumiwa katika ualkemia lakini hayakuambulia kuona zana yoyote. Palikuwa tu na rundo la vitabu, jiko dogo la kupikia chakula na mazulia yaliyodariziwa na michoro ya ajabu.

"Kaa chini. Tutakunywa vinywaji fulani na kuwala hawa mwewe," alitamka mualkemia.

Santiago alitilia shaka kwamba walikuwa mwewe wale wale aliokuwa amewaona siku iliyotangulia, lakini alinyamaa kimya. Mualkemia aliwasha moto na muda si muda harufu ya kunoga ilihanikiza kambi nzima. Ilikuwa inakoleza roho kuliko harufu ya maburuma.

"Kwa nini ulitaka kuniona?" Santiago aliuliza.

"Kwa sababu ya ishara fulani," mualkemia alijibu.

"Upepo uliniashiria kuja kwako na kwamba ungehitaji msaada."

"Upepo haukuniashiria mimi. Ni yule mgeni mwingine, Bwana Mwingereza. Ni yeye anayekutafuta."

"Kwanza anapaswa kutimiliza mambo mengine. Lakini amejikita kwenye mkondo barabara. Ameanza kujaribu kulielewa jangwa."

"Je na mimi?"

"Mtu akitia nia ya kufanya jambo kwa dhati, ulimwengu mzima hufanya njama ya kuiivisha ndoto yake," alitamka mualkemia akitamka kauli ile ile ya yule mzee mkongwe. Santiago alifahamu. Mtu mwingine alikuwako pale kumsaidia katika kuzimua ndoto yake ya kudura ya kibinafsi.

"Kwa hiyo utanifundisha?"

"La. Wewe tayari unajua kila lihitajiwalo kulijua. Mimi nitakuelekeza tu katika mwelekeo wa hazina yako."

"Lakini kuna vita vya makabila," Santiago alirudia kauli yake ya awali.

"Ninafahamu nyendo za jangwani."

"Nimeshapata hazina yangu. Nina ngamia, nina pesa nilizochuma kutoka duka la mawe ya kioo na nina vipande hamsini vya dhahabu. Nchini kwangu, ningekuwa tajiri."

"Lakini hamna hata kitu kimoja kilichopatikana kutoka Piramidi," alitamka mualkemia.

"Pia nina Fatima. Yeye ni hazina kubwa kupindukia chochote kile nilichojishindia."

"Yeye pia hakupatikana kwenye Piramidi."

Walikula kimya kimya. Mualkemia alizibua kizibo cha chupa na akamimina kioevu chekundu ndani ya kikombe cha Santiago. Santiago alikuwa hajawahi kunywa mvinyo uliokuwa mtamu kama ule.

"Mvinyo si umepigwa marufuku huku?" aliuliza Santiago.

"Si kile kinachotumbukia vinywa vya wanadamu kilicho kiovu. Ni kile kinachotoka kutoka midomo yao ndicho kilicho kiovu," alinena mualkemia.

Mualkemia kidogo alimtia Santiago dukuduku la kitisho lakini kila alipobugia ule mvinyo, moyo wake ulififirisha hisia ya woga ule. Baada ya kumaliza mlo walibarizi nje ya kambi chini ya mbalamwezi iliyokuwa angavu ajabu kiasi cha kugubika mmemeto wa nyota.

"Yapige maji na ujistareheshe," alitamka mualkemia, akitambua kwamba Santiago alikuwa anakunjuka kwa furaha. "Leo pumzika vyema kama kwamba unajiandaa kama mwanajeshi anayejitayarisha kwa vita. Kumbuka kwamba popote pale uliko moyo wako, pale ndiko utaikuta hazina yako. Lazima uipate hazina yako ili kwamba kila ulichojifunza katika safari yako kiweze kuwa na maana.

Kesho mwuze ngamia wako na ununue farasi. Ngamia ni wasaliti; wanatembea hatua elfu moja na hawaonyeshi uchovu. Mara ghafla, hupiga magoti na kukata roho. Lakini farasi huonyesha uchovu wao kila wakipiga hatua. Daima unajua kima cha kuwasukuma watembee na uchovu ukiwazidia, ni ishara kwamba wanachungulia kufa."

◇·◇·◇

Usiku uliofuata Santiago alikwenda kwenye hema la mualkemia akiwa na farasi. Mualkemia alikuwa ameshajiandaa, akampandia farasi wake na akamweka kipanga juu ya bega lake la kushoto. Akamwambia Santiago, "Nionyeshe pale penye uhai jangwani. Ni wale tu wenye kipaji cha kuona ishara za uhai wanaweza kugundua hazina."

Walianza kuwachochea farasi wao watembee mchangani huku mwezi ukitambaza mwanga wake juu ya mkondo wao. 'Sijui kama ninaweza kugundua uhai jangwani,' Santiago alijiwazia. 'Bado sijalifahamu jangwa vilivyo.'

Alitaka kuungama mawazo hayo kwa yule mualkemia lakini alimwogopa mtu huyo. Walifika mahali penye majabali ambako Santiago aliwahi kuona mwewe angani lakini sasa kimya tu kilitawala na upepo.

"Sijui jinsi ya kugundua uhai katika jangwa," Santiago aliungama. "Ninajua kwamba hapa kuna uhai, lakini sijui wapi pa kutafuta."

"Uhai huvutia uhai," mualkemia alijibu.

Halafu kauli hiyo ikamgonga Santiago akilini. Alilegeza hatamu za farasi wake ambaye aliyaruka yale majabali na mchanga na kusonga mbele. Mualkemia aliandama nyuma wakati farasi wa Santiago alipotimka kwa karibu nusu saa. Mandhari ya michikichi ya jichoni yalitoweka upeoni - mwezi tu mkubwa ajabu uliokuwa juu yao na mchomozo wa miale yake ya fedha ikidunda juu ya mawe ya jangwa. Mara bila sababu yoyote kujifichua, farasi wa Santiago alipunguza kasi.

"Kuna uhai hapa," Santiago alimdokeza mualkemia. "Sijui lugha ya jangwa lakini farasi wangu anajua lugha ya uhai."

Walishuka chini na mualkemia hakutamka neno. Wakisonga mbele taratibu, walipanguapangua mawe huku na kule. Ghafla mualkemia alisimama, akainama chini. Ardhini palikuwa na shimo katikati ya mawe. Mualkemia alitia kitanga cha mkono shimoni kisha akaushindilia mkono mzima hadi begani. Ndani mlikuwa na nyendo fulani na macho ya mualkemia — Santiago aliweza tu kuyaona macho yake — yalipepesa na yakawa kengeza kutokana na mshindilio wake. Mkono wake ulionekana kama ukivutana na kitu fulani kilichokuwamo mle shimoni. Kisha, kwa mfyatuko wa mwili uliomshtua hata Santiago, aliuvuta mkono wake nje akaruka juu na akatua chini kwa nyayo zake. Mkononi alikamata nyoka mkiani.

Santiago aliruka vilevile ila mbali na mualkemia. Nyoka alipigana akijipindapinda huku na huko, akichomoza sauti zomezi ambazo zilipasua kimya kilichotanda jangwani.

Yule nyoka alikuwa swila ambaye sumu yake ingeuzima uhai wa mtu papo kwa papo.

"Chunga sumu yake," Santiago alimaka. Lakini hata ingawa mualkemia alikuwa ameshindilia mkono wake shimoni, na bila shaka nyoka angekuwa ameshamwuma, sura yake ilikuwa tulivu.

'Mualkemia ana umri wa miaka mia mbili,' yule Bwana Mwingereza alikuwa amemwambia. Bila shaka ana ujuzi wa kupambana na nyoka wa jangwani.

Santiago alibaki akitazama huku mwenzake akimwendea farasi wake na kuchomoa jambia. Kwa ubapa wake alichora duara mchangani kisha akamweka yule nyoka ndani ya ile duara. Yule swila papo hapo akatulia.

"Usiogope," alitamka mualkemia. Hawezi kuondoka nje ya duara. Umegundua uhai jangwani, ishara niliyoihitaji."

"Kwa nini tukio hilo lilikuwa muhimu sana?"

"Kwa sababu Piramidi zimezingirwa na jangwa."

Santiago hakutaka kuzungumzia Piramidi. Moyo wake ulikuwa umezongwa na alikuwa mnyong'onyevu tangu usiku uliopita. Kuendelea na mwandamo wake wa ile hazina kulimaanisha kumwachilia mbali Fatima.

"Nitakuongoza ulivuke jangwa," mualkemia alisema.

"Sitaki kuondoka jichoni," Santiago alijibu. "Nimempata Fatima, na kwangu mimi, thamani yake ni kubwa kushinda hiyo hazina."

"Fatima ni mwanamke wa jangwa," alitamka mualkemia. "Anajua kwamba wanaume wanalazimika kwenda mbali ili kurejea. Na yeye tayari ana hazina yake: ni wewe. Sasa anatumaini kwamba utakipata kile unachokitafuta."

"Vipi basi nikiamua kubaki hapa?"

"Hebu nikwambie kile kitakachotokea. Utavaa kofia ya mshauri wa eneo la jicho. Una dhahabu ya kutosha kununua kondoo na ngamia wengi. Utamwoa Fatima na nyote mtapuliza furaha kwa mwaka mzima. Utajifunza kulipenda jangwa na utakuja kufahamu kila mchikichi kati ya michikichi ya tende elfu hamsini. Utaitazama ikiota, ikidhihirisha jinsi dunia inavyobadilika daima. Na utazidi kunoa kipaji chako cha kuzifahamu ishara kwa sababu hakuna mwalimu anayelizidi jangwa.

Katika mwaka wa pili, wakati fulani mara kumbukizi za hazina itakufunukia. Ishara zitaanza kukuvaa zikipiga ngoma ya hazina hiyo na wewe utajaribu kuzipuuza. Utatumia maarifa yako kwa masilahi ya jicho na wakaazi wake. Viongozi wakuu watapendezwa na kile unachokifanya. Na ngamia wako watakuchumia mali na nguvu.

Mwaka wa tatu ukiandama, ishara zitaendelea kupiga ngoma juu ya hazina yako na hatima yako ya kibinafsi. Utatangatanga huku na kule, usiku baada ya usiku, pale jichoni na Fatima atasinyaa kwa simanzi kwa sababu atahisi alikuwa amekatizwa katika jitihada yake. Lakini wewe utampenda na yeye vivyo hivyo atakupenda. Utakumbuka kwamba hakukuagizia ubaki, kwa sababu mwanamke wa jangwa anajua kwamba lazima amsubiri mume wake. Kwa hiyo hutamlaumu. Lakini mara nyingi utatembea juu ya mchanga wa jangwa, bongo lako likichemsha fikira kwamba ungeweza kuondoka... kwamba ungeweza kuwa na imani zaidi katika mapenzi yako kwa Fatima.

Kwa sababu kile kilichokufanya ubaki jichoni kilikuwa hofu yako mwenyewe kwamba labda katu usingerejea. Wakati huo ishara zitakwambia kwamba hazina yako imezikwa milele.

Halafu katika kipindi fulani mnamo mwaka wa nne, ishara zitakukimbia kwa sababu umeacha kuzitii. Viongozi wakuu wa makabila watang'amua mabadiliko hayo na watakutimua kama mshauri. Lakini wakati huo utakuwa tajiri mkubwa ukimiliki ngamia wengi na mrundiko wa bidhaa chungu nzima. Utaishi siku zako zilizobakia ukifahamu kwamba hukuiandama kudura yako ya kibinafsi na sasa mambo yatakuwa yamekuvurugikia kabisa.

Lazima ufahamu kwamba mapenzi katu hayamzuii mwanamume kufuata hatima yake ya kibinafsi.

Akiachilia mbali juhudi ya kuisaka ni kwa sababu mapenzi hayo hayakuwa ya kweli... mapenzi yenye kuzungumza Lugha ya Dunia."

Mualkemia alifuta ule mchoro wa duara mchangani na yule nyoka alinyinyirika akatoweka majabalini. Santiago alimkumbuka yule mfanyabiashara wa mawe ya kioo ambaye daima alifuga ndoto ya kwenda Makka na yule Bwana Mwingereza aliyekuwa akimtafuta mualkemia.

Alimfikiria yule mwanamke aliyekuwa na imani juu ya jangwa. Macho yake yaliangaza mtandaziko wa lile jangwa ambalo lilikuwa limemwunganisha na mwanamke aliyempenda.

Waliparamia farasi wao na safari hii Santiago ndiye aliyeshika mkia akimfuata mualkemia kurudi jichoni. Upepo uliwavumishia sauti za jichoni na Santiago alitega masikio akijaribu kusikiliza sauti ya Fatima.

Lakini usiku ule alipokuwa akimtazama yule swila akitulia ndani ya lile duara, yule mpanda farasi wa ajabu mwenye kipanga begani alizungumzia juu ya mapenzi na hazina, juu ya wanawake wa jangwani na juu ya kudura yake ya kibinafsi.

"Nitaandamana nawe," Santiago alisema. Na papo hapo alihisi wimbi la amani likiutuliza moyo wake.

"Tutaondoka kesho kabla ya jua kukuchwa," lilikuwa jibu tu la mualkemia.

◇ · ◇ · ◇

Usiku ule usingizi wa Santiago ulikuwa wa mang'amung'amu. Saa mbili kabla ya mapambazuko, alimwamsha mmoja kati ya wavulana waliolala hemani mwake na akamtaka amwonyeshe kule alikoishi Fatima. Walikwenda hadi hema la Fatima na Santiago alimpa rafiki yake dhahabu ya kutosha kununulia kondoo mmoja.

Kisha alimwomba rafiki yake aingie kambi alikolala Fatima na amwamshe na kumwambia kuwa yeye alikuwa anangoja nje.

Yule kijana wa Kiarabu alitii agizo la Santiago na akapewa dhahabu nyingine iliyotosha kununua kondoo mwingine tena.

"Sasa tuache peke yetu," Santiago alimwagiza yule kijana wa Kiarabu. Yule kijana wa Kiarabu alirejea hema lake alale, akipuliza fahari kwamba alikuwa amemsaidia mshauri wa jicho na pia akifurahia kuwa na pesa za kutosha kujinunulia kondoo wawili watatu.

Fatima alitokeza mlangoni mwa kambi. Wawili hao walitembea chini ya michikichi ya tende. Santiago alijua kwamba ilikuwa ukiukaji wa Mila lakini hilo halikumjalisha wakati huo.

"Ninaelekea safarini," Santiago alisema. "Na ninataka ujue kwamba nitarejea. Ninakupenda kwa sababu..."

"Usiseme kitu," Fatima alikatiza. "Mtu hupendwa kwa sababu mtu anapendwa. Hamna sababu ya kuelezea kwa nini watu hupendana."

Lakini Santiago aliendelea, "Niliota ndoto na nilikutana na mfalme mmoja. Niliuza mawe ya kioo na kuvuka jangwa. Na kwa sababu makabila yalinadi vita, mimi nilikwenda kisimani kumtafuta mualkemia. Kwa hiyo ninakupenda kwa sababu dunia nzima ilifanya njama ya kukutana nawe."

Wale wapenzi wawili walikumbatiana. Ilikuwa mara ya kwanza kwa kila mmoja wao kumgusa mwenzake.

"Nitarejea," Santiago alitamka.

"Kabla ya tukio hili, daima nililitazama jangwa kwa matamanio," alisema Fatima. "Sasa nitalitazama kwa matumaini. Baba yangu aliondoka siku moja lakini alirejea kwa mama yangu na daima amekuwa akirejea tangu wakati huo."

Wawili wale walibaki kimya bila kutamka kitu kingine. Walitembea na kusonga mbele miongoni mwa michikichi na Santiago akamuaga Fatima akisimama mbele ya mlango wa kambi yake.

"Nitarudi kama baba yako alivyorejea kwa mama yako," Santiago alisema.

Santiago aliona machozi yakimjaa Fatima machoni.

"Unalia?"

"Mimi ni mwanamke wa jangwa," Fatima alitamka, akigeuza uso wake. "Ila hatimaye, mimi ni mwanamke."

Fatima alirejea akaingia ndani ya hema lake na kulipopambazuka, alitoka nje kufanya shughuli zake za kila siku alizokuwa akizifanya kwa miaka mingi. Lakini kila kitu kilikuwa kimebadilika. Santiago hakuwako tena pale jichoni na jicho katu lisingekuwa na maana iliyokuwa nayo jana yake. Hapangekuwa mahali penye michikichi ya mitende elfu hamsini na visima mia tatu ambako mahujaji walikuja, wakitua na kupumua baada ya kumaliza safari zao ndefu. Tokea siku ile eneo la jicho lingekuwa mahali pasipopuliza joto lolote.

Tokea siku ile na kuendelea, ni jangwa ambalo lingekuwa muhimu. Angelitazama kwa matumaini kila siku na angejaribu kubahatisha Santiago anafuata nyota gani katika msako wa hazina yake. Ingembidi atume mabusu yake kupitia upepo akitumaini kwamba ule upepo ungepapasa uso wa Santiago na kumfahamisha kwamba alikuwa hai. Kwamba alikuwa akimsubiri, mwanamke akimngojea mwanamume mwenye ujasiri aliyemo katika juhudi za kutafuta hazina yake. Tokea siku hiyo na kuendelea, jangwa lingewakilisha jambo moja peke yake: matumaini ya kurejea kwake.

◇–◇–◇

"Usifikirie kile ulichokiacha nyuma," mualkemia alikuwa amemwambia Santiago wakati walipoanza kuendesha farasi wao juu ya mchanga wa jangwa. "Kila kitu kimeandikwa katika Roho Kuu ya Ulimwengu, na hapo kitabaki milele."

'Wanaume huwa na ndoto ya kurejea nyumbani kuliko juu ya kuondoka," Santiago alitamka. Tayari alikuwa mzoefu wa kimya cha jangwa.

"Kama mtu akikuta kitu kilichotengenezwa na vitu takasivu hakitaharibika. Na mtu daima anaweza kurejea. Endapo kile ulichokuta kilikuwa tu mpwito wa mwanga, kama vile mpasuko wa nyota, hutakuta kitu wakati wa marejeo yako."

Jamaa alikuwa akizungumzia lugha ya alkemia. Lakini Santiago alijua kwamba alikuwa akimaanisha Fatima.

Ilikuwa vigumu kutofikiria kile alichokiacha nyuma. Jangwa, na maumbile yake ya kudumu yasiyochochea hisia lilimtosa katika dimbwi la ndoto. Upeoni macho ya Santiago bado yaliweza kuona ile miti ya michikichi, visima na uso wa mwanamke aliyempenda. Aliweza kumwona yule Bwana Mwingereza akizama katika majaribio yake na yule mwendesha ngamia ambaye alikuwa mwalimu bila kubaini ualimu wake. 'Labda mualkemia hajawahi kunaswa na sumaku ya mapenzi,' Santiago alijiwazia.

Mualkemia alisonga mbele na farasi wake huku kipanga akiwa begani mwake. Yule ndege alijua vyema lugha ya jangwa na kila waliposangaa, yule kipanga alipaa juu akisaka nyama. Mnamo siku ya kwanza alirudi na sungura na siku ya pili yake alirejea na ndege wawili.

Usiku walipiga kambi na wakaiziba mioto yao isionekane. Jangwani, nyakati za usiku baridi ilizizima na giza lilizidi kukoza kila awamu za mwezi zilipopita. Walikata njia jangwani kwa wiki nzima, wakizungumzia tu tahadhari walizohitaji kuzifuata ili kuepukana na vita kati ya makabila. Vita viliendelea na mara nyingine, upepo ulibeba harufu iliyotumbukia nyongo yenye kunuka damu. Mapambano yalikuwa yamefumka jirani na wao na ule upepo ulimkumbusha Santiago kwamba palikuwa na lugha ya ishara ambayo daima humwonyesha kile macho yake yalikosa kukiona.

Siku ya saba yake, mualkemia aliamua kupiga kambi mapema kuliko kawaida yake. Kipanga alipaa kusaka nyama na mualkemia alimpa Santiago chupa yake ya maji.

"Umefika karibu sana na ukingo wa safari yako," mualkemia alitamka. "Ninakupongeza kwa kujitahidi kufuata kudura yako ya kibinafsi."

"Na hujaniambia kitu chochote njiani," alinena Santiago. "Nilidhani utanimegea baadhi ya maarifa yako. Zamani kidogo nilisafiri jangwani na mtu aliyekuwa na rundo la vitabu juu ya alkemia. Lakini vitabu hivyo havikuweza kunifunza kitu."

"Kuna njia moja pekee ya kujifunza," mualkemia alijibu. "Ni kupitia vitendo. Kila kitu unachopaswa kukijua umejifunza kupitia safari yako. Unahitaji kujifunza jambo moja tu lililobakia."

Santiago alitaka kujua kilikuwa kitu gani hicho lakini mualkemia alikuwa akiangazia upeo wa macho akimtafuta kipanga wake.

"Kwa nini unaitwa mualkemia?"

"Kwa sababu hivyo ndivyo nilivyo."

"Na makosa gani yalifanyika wakati waalkemia wengine walipojaribu kutengeneza dhahabu wakashindwa?"

"Walikuwa tu wakitafuta dhahabu," mualkemia alijibu. "Walikuwa wakitafuta hazina ya hatima zao za kibinafsi bila ya kuwa na uhakika, kuzimua hatima zao za kibinafsi."

"Nini kilichobaki ambacho bado ninahitaji kukijua?" Santiago aliuliza.

Lakini mualkemia aliendelea kutazama upeoni. Na hatimaye yule kipanga alirudi na mlo wao.

Walichimbua shimo na wakawasha moto ndani yake ili kuzuia mwanga wa ndimi za moto kuonekana.

"Mimi ni mualkemia kwa sababu mimi ni mualkemia," alisema huku akitayarisha ule mlo. "Nilijifunza utaalamu huo kutoka kwa babu yangu ambaye naye aliurithi kutoka kwa baba yake na kadhalika, hadi nyuma dunia ilipoumbwa. Zama hizo Kazi Kuu Tukufu iliweza kuandikwa tu juu ya zumaridi.

Lakini binadamu walianza kukana vitu rahisi na kuandika vijitabu, fasiri na talii za kifilosofia. Pia walianza kuhisi kwamba walijua njia bora kuliko zile za waliowatangulia. Licha ya hayo, Jiwe Takatifu la Zumaridi bado lina uhai hadi leo."

"Nini kilichoandikwa kwenye Jiwe Takatifu la Zumaridi?" Santiago alitaka kujua.

Mualkemia alianza kuchora mchangani akamaliza mchoro wake chini ya dakika tano. Wakati alipokuwa akichora, Santiago alimfikiria yule mfalme mkongwe, na pale sokoni alikokutana naye; ilionekana kama kwamba mkutano wao ulikuwa umetendeka miaka isiyo na hisabu iliyopita.

"Haya ndio yaliyonakiliwa juu ya Jiwe Takatifu la Zumaridi," alitamka mualkemia alipomaliza mchoro wake.

Santiago alijaribu kuufasiri ule mchoro wa mchangani.

"Ni fumbo," alitamka Santiago kwa masikitiko. "Linaonekana kama lile nililoliona kwenye vitabu vya yule Bwana Mwingereza."

"La," mualkemia alijibu. "Ni kama nyendo za kupaa za wale mwewe wawili; haliwezi kufumbuliwa kwa akili pekee. Jiwe Takatifu la Zumaridi ni njia inayoselelea moja kwa moja hadi Roho Kuu ya Ulimwengu.

Wazee wa hekima walifahamu kwamba dunia ya kimaumbile ni taswira tu na muigizo wa barazani. Kuwako kwa dunia hii bila utata ni uhakikisho kwamba kuna dunia ambayo haina dosari hata moja. Mungu ameumba dunia ili kwamba kupitia vitu vyake vionekanavyo kwa macho, binadamu wataweza kufahamu mafunzo yake ya kiroho na shani ya hekima yake. Hayo ndio ninayomaanisha kwa vitendo."

"Je, ninapaswa kufahamu Jiwe Takatifu la Zumaridi?" Santiago aliuliza.

"Labda ungekuwa katika maabara ya alkemia, huu ungekuwa wakati muafaka wa kutalii njia bora kabisa ya kuelewa Kibao cha Zumaridi. Lakini uko jangwani. Kwa hiyo jizamishe ndani yake. Jangwa litakufunulia ufahamu wa dunia; kwa hakika, chochote kile kilichomo duniani kitatenda hivyo. Huna lazima hata ya kulifahamu jangwa; kile tu unachostahili kukifanya ni kuzingatia sana chembe moja ya mchanga na shani ya vilivyoumbwa duniani itakufunukia."

"Nitajitumbukizaje ndani ya jangwa?"

"Sikiliza mpwito wa moyo wako. Moyo unajua kila kitu kwa sababu umetoka katika Roho ya Dunia na siku moja utarejea pale pale."

❖·❖·❖

Walivuka jangwa kimyakimya kwa siku mbili nyingine. Mualkemia alikuwa anachukua tahadhari zaidi kwa sababu walikuwa wakikaribia eneo lililochacha vita. Wakati waliposonga na safari yao, Santiago alijaribu kuusikiliza moyo wake.

Halikuwa jambo rahisi; nyakati za awali moyo wake daima ulikuwa tayari kumfunulia hadithi zake lakini hivi maajuzi moyo ulijikunyata tulii, haukusema kitu. Kulikuwa na wakati ambapo moyo wake kwa saa kadhaa ulimbwagia simanzi yake na mara nyingine moyo ulibubujika hisia juu ya mapambazuko ya jua la jangwani kiasi cha Santiago kulazimika kuyaficha machozi yake. Moyo ulidunda kwa kasi kabisa wakati ulipomfunulia hisia Santiago juu ya hazina, na polepole Santiago alitazama upeo wa jangwa usio na kikomo huku akipigwa na mzugo. Lakini moyo wake haukunyamaa hata kimya kilipowavaa Santiago na mualkemia.

"Kwa nini tunahitaji kusikiliza nyoyo zetu?" aliuliza Santiago wakati walipopiga kambi siku ile.

"Kwa sababu popote pale ulipo moyo wako, hapo ndipo utaikuta hazina yako."

"Lakini moyo wangu umejaa mawimbi ya hisia yasiyotulia," Santiago alitamka. "Una ndoto zake, na hujaa jadhba ya hisia, na umekuwa haujui haujitambui kwa pendo la mwanamke wa jangwa. Unanitaka vitu na hauniachii kulala vizuri usiku hadi usiku wakati nikimuwaza mpenzi wangu."

"Hapo ni vyema. Moyo wako unapwita kwa uhai. Endelea kuusikiliza juu ya kile ambacho moyo unataka kukuambia. "

Mnamo siku tatu zilizofuatia, wasafiri hao wawili walipita wanajeshi kadhaa wa makabila wenye silaha na pia waliona wengine upeoni mwa macho. Moyo wa Santiago ulianza kumpulizia hofu. Ulimpasha hadithi ulizokuwa umezisikia juu ya Roho Kuu ya Ulimwengu, masaibu ya wanaume waliosaka hazina zao na kamwe hawakufua dafu. Mara nyingine ulimtisha Santiago kwa wazo kwamba huenda na yeye asifanikiwe kuikuta hazina yake au hata huenda akafilia mbali jangwani. Mara nyingine moyo ulimwambia Santiago kwamba ulikuwa umetosheka: umekuta mapenzi na utajiri.

"Moyo wangu ni msaliti," Santiago alikiri kwa mualkemia walipotua kupumzisha farasi wao. "Hautaki nisonge mbele na safari."

"Wazo hilo linaaminika kiakili," mualkemia alijibu. "Ni tarajio la kawaida moyo unaogopa kwamba katika jitihada ya kuizimua ndoto yako, huenda kila kitu ulichojishindia kitapotea."

"Basi kwa nini nina lazima ya kuusikiliza moyo wangu?"

"Kwa sababu katu hutaweza tena kuunyamazisha. Hata ukijifanya haukusikia yale moyo wako umekuambia, daima utakuwa ndani yako, ukikariri mkondo wa fikira zako juu ya maisha na juu ya dunia."

"Una maana lazima niusikilize hata ukinisaliti?"

"Usaliti ni pigo ambalo hutokea bila kutazamiwa. Ukiufahamu moyo wako vyema, hautaweza kukutendea kitendo hicho.

Kwa sababu utajua ndoto zake na matamanio yake na utajua jinsi ya kukabiliana nayo."

Daima hutaweza kutengana na moyo wako. Kwa hiyo ni bora kuusikiliza ujumbe wake. Kwa kufanya hivyo, katu hutakuwa na hofu ya pigo la ghafla."

Santiago aliendelea kuusikiliza moyo wake wakivuka jangwa. Alikuja kufahamu mikwepo na hila zake. na kuukubali kama ulivyo. Alibana hisia zake na akasahau haja yake ya kurejea jichoni kwa sababu mchana mmoja moyo ulimwambia kuwa unapuliza furaha. 'Hata kama mara nyingine ninalalamika,' moyo ulisema, 'Ni kwa sababu mimi ni moyo wa mtu na nyoyo za watu zina maumbile hayo. Watu wanaogopa kujitahidi kuzifuatilia ndoto zao muhimu kabisa kwa sababu wanahisi kuwa hawazistahili au kwamba hawataweza kuzifanikisha. Sisi, nyoyo zao, huogopa kwa kufikiria tu wapenzi wetu ambao hutokomea daima, au kwa nyakati ambazo zingeneemeka lakini zikachachuka au kwa hazina ambazo zingekutikana lakini zikawa zimefukiwa mchangani daima. Kwa sababu mambo haya yakitokea, tunapata pigo kubwa la uchungu."

"Moyo wangu unaogopa kwamba huenda usiepukane na mateso," Santiago alimdokeza mualkemia usiku mmoja wakati walipotazama anga isiyo na mbalamwezi.

"Uambie moyo wako kwamba woga wa kuteseka ni mbaya zaidi kuliko mateso yenyewe. Na kwamba hakuna moyo ulioteseka wakati ukijitosa katika harakati za kusaka ndoto zake kwa sababu kila nukta ya msako huo ni makutano ya pili na Mungu na kudumu milele.

'Kila nukta ya msako ni makutano na Mungu,' Santiago aliuambia moyo wake. 'Wakati nilipojitahidi kwa dhati kuipata hazina yangu, kila siku imekuwa iking'aa kwa sababu nimetambua kwamba kila saa ilikuwa sehemu ya ndoto na kwamba ningeipata. Wakati nimezamia kabisa katika msako wa hazina yangu, nimegundua vitu kwenye safari hiyo ambavyo katu singeviona kama ningekosa ujasiri wa kujaribu vitu ambavyo vilionekana vimepindukia uwezo wa mchunga kondoo kuvifanikisha.'

Kwa hiyo moyo wake ulitulia mchana mzima. Usiku ule Santiago alilala usingizi mzito na alipoamka, moyo wake ukaanza kumwambia vitu kutoka Roho Kuu ya Ulimwengu. Ulisema kwamba watu wote wenye furaha wamemkubalia Mungu rohoni. Na furaha ile iliweza kupatikana katika chembe moja ya jangwa kama alivyotamka mualkemia. Kwa sababu chembe ya mchanga ni uumbaji wa kufumba na kufumbua macho, na ulimwengu umechukua mamilioni ya miaka kuiumba. 'Kila kiumbe duniani ana hazina inayomsubiri,' moyo wake ulimwambia.

"Sisi, nyoyo za watu, nadra kuzungumzia mengi juu ya hazina hizo kwa sababu watu hawataki tena kujishughulisha na jitihada za kuzitafuta. Tunazizungumzia tu hazina hizo kwa watoto. Baadaye tunaachilia tu gurudumu la maisha liendelee kuzunguka likifuata mkondo liutakalo katika mwelekeo wa majaaliwa yake. Lakini kwa bahati mbaya, watu wachache wanafuata mkondo waliobainishiwa - mkondo unaowapeleka kwenye kudura zao za kibinafsi, na kwenye furaha. Watu wengi wanaitazama dunia kama mahali panapotisha na kwa sababu ya mtazamo huo, dunia hujidhihirisha kuwa mahali pa vitisho.

Kwa hiyo sisi, nyoyo zao, tunazungumza kila uchao kwa sauti nyororo. Katu hatunyamazi kunena lakini tunaanza kutumaini kwamba maneno yetu hayatasikika: hatutaki watu wateseke kwa sababu hawafuati nyoyo zao.'

"Kwa nini nyoyo za watu haziwaambii watu kutoachilia juhudi zao za kufuata ndoto zao?" Santiago alimwuliza mualkemia.

"Kwa sababu hayo ndio yaufanyao moyo uteseke mno na nyoyo hazipendi kuteseka."

Tokea wakati ule Santiago aliuelewa moyo wake. Aliuomba katu usiache kuzungumza naye. Aliutolea ombi kuwa atakapopotea njia na kutengana na ndoto zake, aliusihi moyo wake umwonye na kumshinikiza asiachane na mkondo wake. Santiago aliapa kwamba kila atakaposikia onyo hilo, angeutii ujumbe wake.

Usiku ule alimfunulia mualkemia maongezi yake na moyo wake. Na mualkemia alielewa kwamba moyo wa Santiago ulikuwa umerejea kwenye Roho Kuu ya Ulimwengu.

"Kwa hiyo sasa ninapaswa kufanyaje?" Santiago aliuliza.

"Endelea kwenye mkondo unaokwenda Piramidi," alijibu mualkemia. "Na endelea kutii ishara. Moyo wako bado una uwezo wa kukuonyesha pale hazina yako ilipo."

"Ni hilo tu bado ninalohitaji kulijua?"

"La," mualkemia alijibu. "Lile ambalo bado unapaswa kulijua ni hili: kabla ya ndoto kutimizwa, Roho Kuu ya Ulimwengu hutahini kila kitu alichojifunza mtu njiani.

Hufanya hivi si kwa sababu ni ovu bali tuwe na uwezo, mbali na kutimiza ndoto zetu, tufuzu mafunzo tuliyojifunza wakati tukipiga hatua katika mwelekeo wa ile ndoto. Hapo ndipo watu wengi wanakata tamaa.

Ni wakati ambapo kama tusemavyo kwa lugha ya kijangwani, 'kiu inamtoa mtu roho pindi michikichi ya tende ikiibuka upeoni mwa macho.'

Kila jitihada inaanza kwa bahati ya mfanya jambo kwa mara ya kwanza. Na kila juhudi huishia kwa mshindi kukabiliwa na mitihani yenye vizingiti vikuu."

Santiago alikumbuka methali ya kale ya nchi yao. Ilisema kwamba saa yenye kiza cha usiku chenye utusitusi mkubwa kabisa hujifichua nukta chache kabla ya mapambazuko.

◇·◇·◇

Mnamo siku iliyofuatia dalili ya kunukia hatari ilijitokeza. Mabarobaro watatu wa Kiarabu wenye silaha waliwakaribia na wakawauliza Santiago na mualkemia kitu gani kilichowaleta pale.

"Ninawinda na kipanga wangu," mualkemia alijibu.

"Itatulazimu tukusake mwili kuona kama una silaha," mmoja wa wale mabarobaro alisema.

Mualkemia alishuka farasi taratibu na Santiago alifuatiliza vivyo hivyo.

"Kwa nini mnabeba pesa?" aliuliza mmoja wao wakati akipekua begi la Santiago.

"Ninazihitaji kwa ajili ya kwenda Piramidi," Santiago alijibu.

Yule mtu wa kikabila aliyekuwa akichakurachakura vitu vya mualkemia alikuta flaski moja ndogo ya kioo imejaa majimaji owevu na yai manjano la kioo ambalo lilikuwa kubwa kidogo kushinda yai la kuku.

""Hivi ni vitu gani?" aliuliza barobaro mchakuraji.

"Hilo ni Jiwe la Mwanafilosofia na Kiowevu cha Maisha ya waalkemia. Yeyote atakayebugia kiowevu hicho hataugua tena maishani na kidonge kidogo kutoka jiwe hilo hugeuza chuma chochote kuwa dhahabu."

Wale mabarobaro wa Kiarabu waliangua kicheko na kumcheka na mualkemia naye akacheka nao. Walidhani jawabu lake lilikuwa la kuchekesha na walimwachia Santiago na mualkemia kusonga mbele na safari yao wakiwa pamoja na vitu vyao vyote.

"Una kichaa nini?" Santiago alimwuliza mualkemia wakati wakiwa mwendoni. "Kwa nini ulitamka hivyo?"

"Kukudhihirishia funzo moja lisilo tata la maisha," mualkemia alijibu. "Unapomiliki hazina kuu ndani mwako, na kujaribu kuwaambia wengine juu yake, ni nadra uyasemayo kusadikika."

Walisonga mbele na safari yao ya kulivuka jangwa. Kwa kila mpito wa siku, moyo wa Santiago ulizidi kubaki kimya. Haukutaka tena kujua juu ya mambo yaliyopita au ya siku zijazo; ulikuwa tu umetosheka kuzingatia lile jangwa na kusharabu na Santiago kutoka Roho Kuu ya Ulimwengu.

Urafiki ulishamiri kati ya Santiago na moyo wake, na hakuna kati yao aliyediriki kumsaliti mwenziwe.

Wakati moyo wake ulipomsemesha, ilikuwa kumpa Santiago kichocheo na kumpa nguvu kwa sababu siku za kimya kilichotawala jangwani zilichosha. Moyo wake ulimbainishia Santiago ubora wake: ujasiri wake katika kuwaacha kondoo wake na kujaribu kuzimua kudura yake ya kibinafsi na kwa shauku aliyokuwa nayo wakati alipofanya kazi katika lile duka la mawe ya kioo.

Na moyo wake ulimdokezea jambo jingine ambalo Santiago katu alikuwa hajaling'amua: ulimweleza Santiago juu ya hatari zilizokuwa zimemkabili ila katu hakuzitambua. Moyo wake ulisema kwamba wakati mmoja ulikuwa umeficha bunduki aliyokuwa ameichukua Santiago kutoka kwa baba yake kwa sababu ya uwezekano wa Santiago kujijeruhi mwenyewe. Na ulimkumbusha Santiago juu ya siku ambapo aliugua na akitapika malishoni baada ya usingizi mzito sana kumchota. Kulikuwa na majambazi wawili mbele yake ambao walikuwa wakifanya njama ya kumwibia kondoo wake na kumwulia mbali. Lakini kwa kuwa Santiago hakupitia pale walipokuwa wale wezi, waliamua kwenda zao wakifikiria kuwa Santiago amebadili mkondo wa uchungaji wake.

"Je, moyo wa mtu daima humuauni?" Santiago alimwuliza mualkemia.

"Mara nyingi ila huauni nyoyo tu za wale ambao wanajaribu kutimiza kudura zao za kibinafsi. Lakini pia huwasaidia watoto, walevi na wakongwe pia."

"Hivi ina maana kwamba katu sitakumbana na hatari?"

"Ina maana tu kwamba moyo hutenda liwezekanalo," mualkemia alijibu.

Mchana mmoja walipitia kando ya kambi ya mojawapo ya makabila. Katika kila pembe ya kambi hiyo kulikuwa na Waarabu waliovalia majoho meupe ya kuvutia huku wakibeba silaha tayari kwa mapambano. Wanaume walikuwa wanavuta maburuma yao wakisimuliana masaibu ya vitani. Hakuna aliyewatupia macho Santiago na mualkemia.

"Hakuna hatari yoyote," Santiago alisema wakati walipoipita kambi hiyo.

Mualkemia alionekana amekasirika: "Amini moyo wako lakini daima usisahau kwamba upo jangwani. Wakati wanaume wanapambana vitani, Roho Kuu ya Ulimwengu inaweza kusikia mlalaiko wa vita. Hakuna anayekosa kuteswa na matokeo ya kila kitu chini ya jua."

'Kila kitu ni kimoja,' aliwaza Santiago. Na halafu kama kwamba jangwa lilitaka kuthibitisha aliyotamka mualkemia, wapandaji farasi wawili wa kiume walitokezea nyuma ya Santiago na mualkemia.

"Hamwezi kusonga mbele zaidi," mmoja wao alitangaza. "Mko ndani ya kizingo cha vita vya makabila."

"Mimi siendi mbali zaidi," mualkemia alijibu huku macho yake yakitupa mishale moja kwa moja kwa mmoja wa wale wapandaji farasi.

Walinyamaa kimya kwa muda mfupi na halafu waliwaruhusu Santiago na mualkemia kuendelea mbele na safari yao.

Santiago alitazama mkabiliano ule kwa mpumbazo mkubwa. "Uliwateka wale wapandaji farasi kwa namna ulivyowakodolea macho," alitamka Santiago.

"Macho yako huonyesha nguvu za roho yako," mualkemia alijibu.

'Ni kweli,' Santiago aliwaza. Alitambua kwamba miongoni mwa wingi wa wanaume wenye silaha pale kambini, palikuwa na mmoja ambaye aliwatumbulia macho wote wawili. Alikuwa mbali mno kiasi cha uso wake hata kutoonekana. Lakini Santiago alikuwa ana hakika kwamba mtu yule alikuwa akiwatupia macho makali.

Hatimaye walipovuka eneo la milima ambalo lilitanda upeo mzima wa macho, mualkemia alisema kwamba walibakiza siku mbili tu kabla kufikia Piramidi.

"Kama tutatengana hivi karibuni," Santiago alisema, "Basi nifundishe juu ya alkemia."

"Wewe tayari unajua juu ya alkemia. Ni taaluma ya kupenya Roho Kuu ya Ulimwengu na kugundua hazina ambayo umetengewa."

"La, simaanishi hivyo. Ninazungumzia juu ya kugeuza risasi kuwa dhahabu."

Mualkemia alinyamaza kimya kama jangwa na akamjibu Santiago tu walipoacha kula.

"Kila kitu ulimwenguni kiligeuka," mualkemia alieleza. "Na kwa watu wenye hekima, dhahabu ni madini ambayo yalipitia mageuko makubwa kabisa.

Usiniulize kwa nini; sijui kwa nini. Ninajua kuwa Mila daima haikosei.

Binadamu katu hawajamudu maneno ya wenye hekima. Kwa hiyo dhahabu, badala ya kutazamwa kama kitambulishi cha mabadiliko, ikawa chanzo cha mapambano."

"Kuna lugha nyingi zinazozungumzwa na vitu," Santiago alitamka. "Kulikuwa na wakati kwangu mimi, mlio wa ngamia ulikuwa hauna maana ila tu mlio basi.

Halafu hatimaye mlio huo ukawa dalili ya hatari. Na hatimaye, ukaja kuishia kama mlio tu."

Lakini kisha Santiago alinyamaa. Labda mualkemia huenda alijua yote hayo.

"Nimewajua waalkemia wa kweli," mualkemia aliendelea. "Walijifungia katika maabara yao na wakajaribu kugeuka kama dhahabu ilivyogeuka. Wakakuta Jiwe la Mwanafilosofia kwa sababu walifahamu kwamba wakati kitu kinageuka, kila kitu kilichoizunguka, kinageuka vilevile.

Wengine waligundua jiwe hilo kwa bahati. Tayari walikuwa wameshatunukiwa na roho zao zilikuwa tayari zaidi kushuhudia maumbile hayo kuliko roho za wengine. Lakini hatuwahesabu. Hao ni nadra mno.

Halafu kulikuwa na wengine ambao walivutiwa tu na dhahabu. Katu hawakugundua siri yenyewe. Walisahau kwamba risasi, shaba na chuma ni madini yenye hatima zao zenyewe za kutekeleza. Na yeyote ambaye anaingilia kati hatima za kibinafsi za kitu kingine, daima hatokuta yake mwenyewe."

Matamko ya mualkemia yalidunda kama mwangwi uliolaaniwa. Mualkemia aliinama akaokota gamba kutoka ardhini.

"Hili jangwa wakati mmoja lilikuwa bahari," mualkemia alisema.

"Nilitambua hilo," Santiago alitamka.

Mualkemia alimwambia Santiago aweke lile ganda juu ya sikio lake. Alikuwa na tabia hiyo tangu utotoni mwake na alisikia sauti ya bahari.

"Bahari imedumu ndani ya hili gamba kwa sababu hiyo ndio hatima yake ya kibinafsi. Na kamwe haitatoweka mpaka jangwa kwa mara nyingine lifunikwe na maji."

Walipanda farasi wao na kuelekea katika mwelekeo wa Piramidi za Misri.

◇ ◇ ◇

Machweo ya jua yalinadi wakati moyo wa Santiago ulipompasha onyo la hatari. Walizingirwa na matuta makubwa ya mchanga na Santiago alimtazama mualkemia kuona kama alihisi kitu chochote.

Lakini alionekana hana tanabahi ya hatari yoyote. Dakika tano baadaye aliwaona wale wanaume wawili waliopanda farasi wakiwangojea mbele yao. Kabla ya kumtamkia chochote mualkemia, wale wapanda farasi wawili waliongezeka hadi kumi, na kisha mia moja. Na halafu walifurika kila upande kwenye yale matuta ya mchanga.

Walikuwa wanaume wa makabila waliovalia mavazi ya samawati, huku tepe duara nyeusi zikizingira vilemba vyao. Sura zao zilifichwa na mitandio ya kibuluu na macho tu yakionekana.

Hata mbali, macho yao yalichomoza nguvu za roho zao. Na macho yao yalinadi kifo.

◇ ◇ ◇

Santiago na mualkemia walichukuliwa hadi kambi jirani ya kijeshi. Askari mmoja aliwasukuma Santiago na mualkemia ndani ya kambi moja alikokuwa mkuu akiendesha mkutano na watumishi wake.

"Hawa ndio majasusi," alitangaza mmoja wa askari.

"Sisi ni wasafiri tu," mualkemia alijibu.

"Mlionekana mkiwa katika kambi ya adui siku tatu zilizopita. Na mlikuwa mkizungumza na mmoja wa wanajeshi pale."

"Mimi ni mtu tu anayetangatanga jangwani na mwenye kuzifahamu nyota," alisema mualkemia. "Sina habari za wanajeshi au nyendo za makabila. Nilikuwa tu kama mwongozaji tu wa rafiki yangu hapa."

"Nani rafiki yako?" mkuu aliuliza.

"Mualkemia," alitamka mualkemia. "Anamudu kani za maumbile. Na anataka kuwadhihirishia nguvu zake za ajabu."

Santiago alisikiliza akiwa kimya. Na kwa hofu.

"Mgeni anafanya nini huku?" mwingine miongoni mwa wanaume aliuliza.

"Ameleta kitita cha pesa kulipa kabila lenu," alitamka mualkemia kabla ya Santiago hajawahi kunena neno. Na akilitwaa begi la Santiago, mualkemia alimpa yule mkuu sarafu za dhahabu.

Yule Mwarabu alizipokea bila neno kumtoka kinywani. Mle ndani mlikuwa na thamani ya kutosha kununulia silaha chungu nzima.

"Mualkemia ni nani?" hatimaye mkuu aliuliza.

"Ni mtu anayefahamu maumbile na ulimwengu. Na angetaka, angeweza kuiangamiza kambi hii kwa kutumia tu kani ya upepo."

Wale askari waliangua kicheko. Walikuwa wamezoea maangamizi ya vita na walijua kwamba upepo hauwezi kuwafikishia pigo la kuwamaliza. Licha ya hisia hizo, kila mmoja alihisi moyo wake ukidunda kwa kasi zaidi. Walikuwa wanaume wa jangwa na walikuwa wanawaogopa wachawi.

"Ninataka kumwona akidhihirisha nguvu hizo," mkuu alisema.

"Anahitaji siku tatu," alijibu mualkemia. "Atajigeuza upepo ili kudhihirisha tu nguvu zake. Akishindwa, tunaomba kwa unyenyekevu kuyatolea mhanga maisha yetu kwa heshima ya kabila lenu."

"Huwezi kunitolea kitu ambacho tayari nimekitamalaki," yule mkuu alitamka kwa kiburi. Lakini aliwakubalia siku tatu wale wasafiri.

Mzizimo wa hofu ulimkumba Santiago ila mualkemia alimsindikiza nje ya kambi.

"Usiwaachilie wakuone unaogopa," mualkemia alimwambia. "Wao ni wanaume washupavu na wanachukia waoga,"

Lakini ulimi wa Santiago uliganda akashindwa kutamka neno. Aliweza tu kusema kitu tu baada ya kupita katikati ya kambi. Hapakuwa na haja ya kuwazuia kama mateka: wale Waarabu waliwapokonya farasi wao. Kwa hiyo kwa mara nyingine dunia ilikuwa imedhihirisha lugha zake nyingi: jangwa, muda mfupi kabla ya mkasa huo kuwakumba, lilikuwa tambarare lisilo na kikomo na huria na sasa lilikuwa ukuta usiopenyezeka.

"Uliwapa kila kitu nilichokuwa nacho!" Santiago alimaka. "Kila kitu nilichodundiza katika maisha yangu yote!"

"Vema, lakini vingekufaaje kama ungekabiliwa na kifo?" mualkemia alijibu. "Pesa zako zimetuokoa na kutuongezea siku tatu za kuishi. Ni nadra kwa pesa kuyaokoa maisha ya mtu."

Lakini Santiago alikuwa ameloa kwa hofu kiasi cha kutoweza kusharabu maneno ya hekima. Alikuwa hana maarifa ya jinsi atakavyojigeuza upepo. Hakuwa mualkemia!

Mualkemia alimwomba mmoja wa maaskari chai na akanyunyiza kidogo juu ya kifundo cha mkono wa Santiago. Wimbi la ukunjufu lilimvaa na mualkemia alinong'ona maneno ambayo Santiago hakuyafahamu.

"Usitawaliwe na woga wako," alitamka mualkemia kwa sauti ngeni na yenye upole. "Ukimilikiwa, hutaweza kuzungumza na moyo wako."

"Lakini sina akili ya vipi nitajigeuza kuwa upepo."

"Kama mtu anaikunjua kudura yake ya kibinafsi, anajua kila kitu anachopaswa kukijua. Kuna jambo moja tu ambalo linaifanya ndoto kutoweza kufanikika: woga wa kushindwa."

"Mimi si mwoga wa kushindwa. Ni kukiri tu kwamba sijui namna ya kufanya nigeuke upepo."

"Vema, itakubidi ujifunze; maisha yako yanategemea hilo."

"Lakini itakuwaje nikishindwa?"

"Basi utakufa mnamo wakati wa kujaribu kutimiza hatima yako ya kibinafsi. Kufa namna hiyo ni bora kuliko kufa kwa mamilioni ya watu wengine ambao katu hawakujua hatima zao za kibinafsi zilikuwaje.

Lakini usijali," mualkemia aliendelea. "Kwa kawaida, tishio la kifo huwafanya watu kuwa na tanabahi kubwa zaidi juu ya maisha yao."

Siku ya kwanza ilipukutika. Palikuwa na mapambano jirani yao na majeruhi kadhaa walibebwa hadi kambini. Askari wapya walipelekwa vitani kuchukua mahala pa wale waliouliwa na maisha yakasonga mbele. 'Kifo hakibadilishi kitu,' Santiago aliwaza.

"Ungekufa baadaye," askari mmoja alitamkia mwili wa mmoja kati ya askari wenzake.

"Ungekufa baada ya amani kutangazwa. Lakini hata hivyo, hungeepukana na kifo.

Magharibi iliponukia, Santiago alikwenda kumtafuta mualkemia ambaye alikuwa amemchukua kipanga wake kwenye jangwa.

"Bado haijanigonga akilini jinsi ya kujigeuza upepo," Santiago alikariri tamko lake kwa mara nyingine.

"Kumbuka niliyokuambia: dunia ni kioo cha pekee cha Mungu kijionyeshacho. Na kile ambacho alkemia inakifanya ni kufungamanisha ukamilifu usio na dosari wa kiroho na kipengele cha vionekanavyo duniani. "

"Unafanya nini?"

"Ninamlisha kipanga wangu."

"Nikishindwa kujigeuza upepo sote tutakufa," Santiago alitamka. "Kwa nini basi unamlisha kipanga wako?"

"Wewe ndiye huenda ukafa," alisema mualkemia. "Mimi tayari nimeshajua jinsi ya kujigeuza upepo."

❖ ❖ ❖

Mnamo siku ya pili, Santiago alipanda juu ya mwamba mmoja uliokuwa karibu ya kambi. Walinzi walikuwa wamemruhusu aende; tayari walikuwa wamepata fununu za mchawi aliyekuwa na uwezo wa kujigeuza kuwa upepo na hawakutaka kumkaribia. Kwa vyovyote vile, jangwa lilikuwa halipitiki.

Mchana mzima mnamo siku ya pili alikuwa akitazama jangwa na kuusikiliza moyo wake.

Santiago alijua kuwa jangwa lilihisi woga wake. Wote walizungumza lugha moja.

❖ ❖ ❖

Mnamo siku ya tatu, mkuu wa kambi alikutana na maafisa wake. Alimwita mualkemia mkutanoni, akasema," Twende tukamwone kijana anayejigeuza upepo."

"Twendeni," alijibu mualkemia.

Santiago aliwaongoza hadi kwenye ule mwamba alioupanda siku iliyotangulia. Akawaambia wakae.

"Itachukua muda kidogo," alisema Santiago.

"Hatuna haraka yoyote," mkuu alitamka. "Sisi ni madume wa jangwa."

Macho ya Santiago yaliinuka na kutazama upeo wa macho. Kwa mbali milima ilijitandaza. Palikuwa na matuta ya mchanga, majabali na mimea iliyojikakamua kuchipuza mahali pa yabisi pasipoachia uhai ustawi. Palikuwa na jangwa ambalo kwa miezi kadhaa alitembea juu yake; licha ya mpito wa wakati, bado alijua sehemu yake ndogo tu.

Na katika sehemu ile, alikuwa amemkuta yule Bwana Mwingereza, misafara, vita vya makabila na jicho lenye miti ya michikichi elfu hamsini na visima mia tatu.

"Leo unataka nini hapa?" jangwa lilimwuliza. "Kwani hukutosheka na wakati uliotumia kunitazama jana?"

"Mahali fulani umempakata mpenzi wangu," Santiago alijibu. "Kwa hiyo ninapoangaza juu ya mchanga wako, vilevile ninamwangazia. Ninataka kurejea kwake na ninahitaji uniauni ili niweze kujigeuza upepo."

"Mapenzi ni kitu gani?" jangwa lilihoji.

"Mapenzi ni njia anayopaa kipanga juu ya mchanga wako. Kwa sababu kwake, wewe ni uwanja wenye lishe maridhawa ambako daima hurejea na nyama. Anajua vipenyu vya majabali yako, mtandaziko wa matuta yako ya mchanga na msambao wa milima yako nawe daima humnyimi kitu."

"Kinywa cha kipanga kinabeba vipande vya maumbile yangu, ndimi mwenyewe," jangwa lilisema. "Kwa miaka, ninachunga nyama yake, nikimlisha na akiba finyu ya maji niliyo nayo na halafu humwonyesha mahala pa kuwindia nyama. Na siku moja, nikifurahia hali halisi kwamba lishe yake ya nyama inashamiri katika ardhi yangu, kipanga anapiga mbizi angani na anachukua kile nilichokiumba."

"Lakini ndio sababu ulibuni sakata hiyo mwanzoni," Santiago alijibu. "Kumlisha kipanga. Na halafu kipanga analisha binadamu. Na hatimaye binadamu atalisha mchanga wako ambako sakata itaanza tena kushamiri. Huo ndio mzunguko wa dunia."

"Kwa hiyo hayo ndio maumbile ya mapenzi?"

"Naam, hayo ndio maumbile ya mapenzi. Ndio yanayofanya sakata kugeuka kipanga, kipanga kuwa binadamu na binadamu naye kwa zamu yake, ageuke jangwa. Ndio yanayogeuza fedha kuwa dhahabu na kuifanya dhahabu irudi duniani."

"Sijaelewa kile unachokizungumzia," jangwa lilitamka.

"Lakini angalau unaelewa kwamba mahali fulani kwenye mchanga wako kuna mwanamke anayenisubiri. Na hiyo ndio sababu inayonilazimu nijigeuze kuwa upepo."

Jangwa lilinyamaa kwa muda bila kumjibu Santiago. Kisha likamwambia,"Nitakupa mchanga wangu usaidie upepo kuvuma lakini peke yangu, siwezi kufanya lolote. Unapaswa kuuomba upepo ukusaidie."

Upepo ulianza kuvuma. Watu wa makabila walimtazama Santiago kwa mbali, wakizungumza wenyewe kwa wenyewe kwa lugha ambayo Santiago hakuifahamu. Mualkemia alitabasamu.

Upepo ulimkaribia Santiago na ukamgusa uso wake. Ulijua mazungumzo ya Santiago na jangwa kwa sababu pepo zinajua kila kitu. Zinapuliza kila pembe ya dunia bila kuwa na maskani halisi ya kuzaliwa na wala mahali pa kufia.

"Niauni," Santiago aliomba. "Siku moja ulibeba sauti ya mpenzi wangu ukaniletea."

"Nani alikufunza kuzungumza lugha ya jangwa na upepo?"

"Moyo wangu," Santiago alijibu.

Upepo una majina mengi. Katika eneo lile la dunia, uliitwa *Sirocco* kwa sababu ulileta unyevunyevu kutoka baharini hadi mashariki.

Katika nchi iliyokuwa mbali alikotoka Santiago, waliuita *Levante* kwa sababu waliamini kwamba upepo ulileta mchanga wa jangwa na vilio vya vita vya machotara wa Kiberiberi na Kiarabu. Labda katika mahali palipopindukia maeneo ya malisho walikoishi kondoo wake, binadamu walifikiri kwamba upepo ule ulitokea kutoka bara la Andalusia. Lakini ukweli wa mambo ni kwamba upepo wenyewe haukuchomoza kutoka mahali popote wala haukuvuma na kuelekea mahali popote; hiyo ndio sababu ya upepo ule kuwa na nguvu zaidi ya jangwa. Labda mtu mmoja huenda akapanda miti ya michikichi ya mitende jangwani na hata kufuga kondoo pale lakini katu hawangeshirikiana na upepo.

"Huwezi kugeuka upepo," upepo ulitamka. "Mimi na wewe ni vitu tofauti kabisa."

"Hiyo si kweli," Santiago alikana. "Nilijifunza siri ya mualkemia katika safari zangu. Ndani mwangu kuna pepo, majangwa, mabahari, nyota na kila kitu kilichoumbwa ulimwenguni. Sote tumeumbwa na mkono mmoja na tuna roho moja. Ninataka kuwa kama wewe, kuweza kufikia kila pembe ya dunia, kuvuka mabahari, kupulizia mbali michanga inayofunika hazina yangu na kubeba sauti ya mwanamke ninayempenda."

"Nilisikia fununu ya kile mlichokuwa mkizungumzia na mualkemia siku ile," upepo ulisema. "Mualkemia alisema kwamba kila kitu kina hatima yake ya kibinafsi. Lakini watu hawawezi kujigeuza upepo."

"Nifunze tu kugeuka upepo kwa nukta chache," Santiago alishawishi. "Ili mimi na wewe tupige gumzo juu ya uwezo usio na mipaka wa binadamu na pepo."

Udadisi wa upepo ulitekenywa, jambo ambalo lilikuwa halijawahi kutokea. Ulitaka kuzungumzia juu ya mambo hayo lakini haukujua jinsi ya kumgeuza binadamu kuwa upepo. Na kutazama vitu vingapi upepo ulikuwa tayari unajua jinsi ya kuvifanya. Uliumba jangwa, ulizamisha meli, uliangusha misitu mizima, na ulipuliza katikati ya majiji yaliyojaa muziki na kelele ngeni. Ulihisi ulikuwa hauna mipaka ila sasa palikuwa na kijana akisema kwamba kuna vitu vingine ambavyo upepo unapaswa kuvifanya.

"Haya ndio tunayaita mapenzi," Santiago alitamka, akitambua kwamba upepo ulikaribia kumkubalia ombi lake.

"Wakati ukipendwa, unaweza kufanya chochote katika uumbaji. Unapopendwa, hakuna haja yoyote ya kufahamu kinachotendeka kwa sababu kila kitu kinatendeka ndani mwako na hata binadamu wanaweza kujigeuza kuwa upepo. Mradi tu bila shaka, wakisaidiwa na upepo."

Upepo ulikuwa umbile la fahari na matamshi ya Santiago yalianza kuukwaruza. Ukaanza kuvuma kwa nguvu zaidi, ukitifua matuta ya mchanga wa jangwa. Lakini hatimaye ulilazimika kutambua kwamba licha ya kupuliza kila pembe ya dunia, haukujua jinsi ya kumgeuza binadamu kuwa upepo. Wala haukuwa na fahamu yoyote juu ya mapenzi.

"Katika safari zangu nyingi kote duniani, mara nyingi nimeona watu wakizungumzia mapenzi na wakiangalia mbinguni," upepo ulisema, ukighadhabika kulazimika kuungama kwamba maarifa yake yalikuwa na kikomo. "Labda bora kuuliza pepo."

"Vema, basi nisaidie kufanya hivyo," Santiago alisema. "Pajaze mahali hapa na dhoruba kali ya mchanga izibilie mbali jua. Kisha nitaweza kutupa macho mbinguni bila kujipofusha."

Kwa hiyo upepo ulivuma kwa nguvu zake zote na anga ikajaa mchanga. Jua likageuka sahani duara ya dhahabu.

Kambini, ilikuwa shida kuona kitu chochote. Wanaume wa jangwani tayari walikwishauzoea upepo huo. Waliuita Simumu na ulikuwa mkali kushinda dhoruba ya baharini. Farasi wao walilialia na silaha zao zote zilijaa mchanga.

Vileleni, jemadari mmoja alimgeukia mkuu akasema, "Labda tukomeshe vituko hivi!"

Ilikuwa vigumu kwao kumwona Santiago. Sura zao zilifunikwa na vitambaa vya kibuluu na macho yao yalionyesha hofu.

"Tuachilie mbali maajabu haya," jemadari mwingine alitamka.

"Ninataka kushuhudia utukufu wa Allah," yule kiongozi mkuu alitamka kwa heshima. "Ninataka kuona jinsi binadamu anavyojigeuza kuwa upepo."

Lakini aliyanukuu akilini majina ya wale majemadari wawili ambao walikuwa wamefichua hisia za woga wao. Pindi upepo ukitulia, angewang'oa madaraka yao kwa sababu wanaume halisi wa jangwani hawatishiki.

"Upepo umeniambia kwamba unajua juu ya mapenzi," Santiago aliliambia jua. "Ukijua juu ya mapenzi, pia lazima utajua juu ya Roho Kuu ya Ulimwengu kwa sababu imeumbwa kutokana na mapenzi."

"Kutokea hapa nilipo," jua lilitamka, "ninaweza kuiona Roho Kuu ya Ulimwengu. Inawasiliana na roho yangu na kwa pamoja, tunasababisha mimea kuota na kondoo kutafuta mahali penye kivuli. Kutoka hapa nilipo - na nipo mbali sana kutoka dunia - nimejifunza jinsi ya kupenda. Ninajua kwamba nikikaribia dunia hata kwa masafa madogo, kila kitu duniani kitakufilia mbali na Roho Kuu ya Ulimwengu haitakuwapo. Kwa hiyo tunazingatiana na tunahitajiana na huipa maisha na vuguvugu la joto na inanipa sababu ya kuishi."

Kwa hiyo unafahamu juu ya mapenzi?" Santiago aliuliza.

Na ninajua Roho Kuu ya Ulimwengu kwa sababu tumesimuliana kwa marefu na mapana wakati wa safari hii isiyo na kikomo kupitilizia ulimwengu. Inaniambia kwamba tatizo lake kubwa kabisa ni kwamba hadi kufikia sasa, ni madini na mboga pekee zenye kufahamu kwamba kila kitu ni kimoja. Kwamba hapana haja kwa chuma kuwa sawasawa na shaba au shaba kuwa sawasawa na dhahabu. Kila moja inatekeleza utendaji kazi wake kamilifu kama kiumbe wa kipekee na kila kitu kitakuwa mwoano wa amani lau mkono ulioandika yote haya ungekuwa umesangaa mnamo siku ya tano ya uumbaji.

Lakini kulikuwa na siku ya sita," Jua liliendelea kusema.

"Wewe una hekima kwa sababu unaangalia kila kitu kutokea nyanda za mbali," Santiago alitamka. "Lakini huna fahamu juu ya mapenzi. Kama pasingekuwapo siku ya sita, binadamu asingekuwako; shaba daima ingebaki tu shaba, na risasi ingekuwa tu risasi.

Ni kweli kwamba kila kitu kimekumbata hatima yake ya kibinafsi lakini siku moja ile hatima ya kibinafsi itatimia. Kwa hiyo kila kitu lazima kijigeuze kuwa kitu bora zaidi na kujipakata hatima mpya ya kibinafsi hadi siku moja Roho Kuu ya Ulimwengu itakapokuwa kitu kimoja peke yake."

Jua lilitafakari juu ya kauli ya Santiago na likaamua kuongeza wangavu wake zaidi. Upepo, ambao ulikuwa unafurahia mazungumzo hayo, ulianza kuvuma kwa nguvu zaidi isije mwangaza wa jua ukamtia kiwi Santiago.

"Hii ndio sababu alkemia inakuwepo," Santiago alitamka. "Ili kwamba kila mtu ajitahidi kuitafuta kudura yake ya kibinafsi, aikute na halafu awe na kichocheo cha kujiimarisha zaidi kuliko alivyokuwa katika maisha yake ya zamani. Risasi itatekeleza jukumu lake hadi pale dunia ikinai haja ya kutaka risasi; na halafu risasi itabidi kujigeuza dhahabu.

Hivyo ndivyo Waalkemia wanavyofanya. Wao ni kielelezo cha maumbile hayo wakati tukipigania kujiboresha kuliko tulivyo; kila kitu kinachotuzingira vilevile kinaboreka."

"Kwa nini umetamka kwamba sifahamu juu ya mapenzi?" jua lilimwuliza Santiago.

"Kwa sababu mapenzi si kuwa umejibanza mahali bila kubanduka kama vile jangwa wala mapenzi si kutangatanga dunia kama upepo. Hali kadhalika mapenzi si kuona kila kitu kutoka nyanda za mbali kama ufanyavyo. Mapenzi ni kani yenye kubadilika na kushamirisha Roho Kuu ya Ulimwengu. Mara ya kwanza nilipojipenyeza ndani yake, nilidhani Roho Kuu ya Ulimwengu ilikuwa haina hata chembe cha dosari. Lakini baadaye niliweza kutambua kwamba ilikuwa kama vipengele vingine vya uumbaji na ilikuwa na shauku yake yenyewe na vita. Ni sisi ambao tunairutubisha Roho Kuu ya Ulimwengu na dunia tunayoishi ama itakuwa bora zaidi au itanuka zaidi kutegemea kama sisi tutaimarika zaidi au tutageuka uvundo. Na hapo ndipo nguvu za mapenzi zinapoibuka. Kwani tunapojididimiza katika dimbwi la mapenzi, daima tunajikakamua ili kujiboresha zaidi kuliko tulivyo sasa."

"Kwa hiyo unanitaka nini?" jua liliuliza.

"Ninataka uniauni nijigeuze upepo," Santiago alijibu.

"Maumbile yananijua mimi kama kiumbe mwenye hekima kuu inayopindukia viumbe wote," jua lilinena. "Lakini sina maarifa ya kukugeuza uwe upepo."

"Basi nimwombe nani msaada huo?"

Jua lilizama tafakarini. Upepo ulikuwa umetegea ukisikiliza kwa makini na ulitaka kuipasha kila pembe ya dunia kwamba hekima ya jua ilikuwa na mipaka yake. Kwamba lilishindwa kukabiliana na kijana huyo aliyezungumza Lugha ya Dunia.

"Zungumza juu ya mkono ulioandika yote," jua lilitamka.

Upepo ulipiga ukelele wa furaha ukavuma zaidi na zaidi. Kambi zikang'oka na mafundo ya kamba zilizowafunga wanyama yakafunduka. Juu ya mwamba, mabarobaro wa kijeshi walikumbatiana kujisalimisha isije upepo ukawatupilia mbali.

Santiago aliugeukia mkono ulioandika kila maumbile. Alipofanya hivyo, alihisi kwamba kimya kikuu kiliugubika ulimwengu na yeye akaamua abaki vivyo hivyo.

Wimbi la mapenzi lilichomoza kwa kasi kutoka moyo wake na Santiago akaanza ibada. Ilikuwa ibada ambayo katu alikuwa hajawahi kuitamka hapo mbeleni kwa sababu ilikuwa maombi yasiyo na maneno wala kuomba radhi. Ibada yake haikutoa shukrani kwa kondoo wake kupata maeneo mapya ya lishe; haikuomba kwamba Santiago aweze kuuza mawe zaidi ya kioo; na haikusihi kwamba mwanamke aliyekutana naye aendelee kungojea marejeo yake. Katika tando la kimya hicho, Santiago alielewa kwamba jangwa, upepo na jua pia zilijaribu kufasiri ishara zilizoandikwa kwa mkono ule na kila moja ilikuwa inasaka mkondo wake na kufahamu kile kilichokuwa kimeandikwa kwenye kito kimoja cha zumaridi.

Aliona kwamba ishara zilikuwa zimetawanyika kila mahali duniani na angani na kwamba hapakuwa na sababu au umuhimu uliofungamana na muonekano wao; aliweza kuona kwamba si jangwa, wala pepo, wala jua na wala binadamu aliyemudu kwa nini wameumbwa. Ila mkono huo ulikuwa na sababu ya uumbaji wa maumbile yote hayo na kwamba ni mkono huo pekee uliokuwa na kipaji cha kudhihirisha miujiza au kuligeuza bahari kuwa jangwa... au binadamu kuwa upepo. Kwani ni mkono huo pekee uliofahamu kwamba palikuwa na ubunifu mkubwa zaidi uliopelekea ulimwengu kufikia upeo ambapo uumbaji wa siku sita uligeuka kuwa Kazi Kuu Tukufu.

Santiago alijipenyeza hadi Roho Kuu ya Ulimwengu na akakuta kwamba ilikuwa Roho Kuu ya Mungu.

Na aliona kwamba Roho Kuu ya Mungu ilikuwa roho yake mwenyewe. Na kwamba yeye, Santiago alikuwa na kipaji cha kutenda miujiza.

⋄ ⋄ ⋄

Upepo wa simumu ulivuma siku ile kwa nguvu ambazo hazikuwahi kutokea mbeleni. Kizazi hadi kizazi tokea miujiza hiyo, Waarabu walisimulia hekaya ya mvulana aliyejigeuza mwenyewe kuwa upepo, akikaribia kuangamiza kabisa kambi ya kijeshi, kwa ukaidi dhidi ya mkuu wa makabila mwenye nguvu kushinda wakuu wote wa jangwani.

Upepo wa simumu uliposita kuvuma, kila mmoja alitupia macho pale Santiago alipokuwa amesimama. Lakini hakuwepo tena pale; alikuwa amesimama kando ya mlinzi mmoja aliyefunikwa na mchanga, upande uliokuwa mbali sana na kambi hiyo.

Wanajeshi walitishwa na uchawi wa Santiago. Miongoni mwao lakini palikuwa na watu wawili waliokuwa wakitabasamu: mualkemia kwa sababu alikuwa amempata mwanafunzi wake kamilifu na mkuu wa kambi kwa sababu mwanafunzi yule alikuwa ameelewa utukufu wa Mungu.

Siku iliyofuata yule mkuu aliwaaga Santiago na mualkemia na aliwaagizia kikosi cha kuwasindikiza mpaka mahali walipochagua.

◇ ◇ ◇

Waliendesha farasi wao mchana kutwa. Ilipokaribia saa za jua kuzama, walikutana na jengo la watawa wa Wakhufti. Mualkemia alishuka kutoka farasi wake na akawaambia wasindikizaji wao warejee kambini.

"Kutokea hapa utasafiri peke yako," alitamka mualkemia. "Umebakiza mwendo wa saa tatu tu kufikia Piramidi."

"Shukrani," Santiago alishukuru. "Umenifunza Lugha ya Dunia."

"Mimi nilikuombea Mungu kile ambacho tayari ulikuwa unakijua."

Mualkemia alibisha hodi kwenye lango la jengo lile. Mtawa wa kiume aliyevalia joho jeusi aliitikia. Walizungumza kidogo kwa lugha ya Kikhufti na mualkemia alimwashiria Santiago aingie ndani.

"Nimemwomba aniruhusu kutumia jikoni kwa muda mdogo," mualkemia alitamka akitabasamu.

Walifululiza hadi jikoni, nyuma ya lile jengo la watawa. Mualkemia aliwasha moto na yule mtawa wa kiume alimletea fumba la risasi ambalo mualkemia alilitia juu ya sufuria ya chuma. Wakati ile risasi ilipoyeyuka na kuwa uwoevu mualkemia alichopoa kutoka pochi yake, yai geni la manjano.

Alikwangua na kubandua kipande chembamba chenye wembamba wa unywele, akakivingirisha ndani ya nta na akaitia ndani ya ile sufuria mlimokuwa risasi iliyoyeyuka.

Mchanganyiko ule ukageuka rangi nyekundu, ukikaribiana na rangi ya damu. Mualkemia aliopoa sufuria kutoka jikoni na akautenga kando ili upoe. Wakati wa shughuli hiyo, mualkemia alizungumza na yule mtawa wa kiume juu ya vita vya kikabila.

"Ninafikiri vita hivyo vitadumu kwa muda mrefu," mualkemia alimwambia yule mtawa wa kiume.

Yule mtawa wa kiume alighasika. Misafara ilikuwa imesimamishwa huko Giza kwa muda, ikingojea vita hivyo vikome. "Lakini ya Mungu yatafanyika." yule mtawa wa kiume alinena.

"Kweli kabisa," mualkemia alijibu.

Wakati sufuria ilipopoa, yule mtawa wa kiume na Santiago waliitazama wakiwa wamekanganyika kabisa. Ile risasi ilikuwa imeganda kwa umbo la sahani sufuriani lakini haikuwa tena risasi. Ilikuwa dhahabu.

"Sijui kama nami nitajifunza kufanya miujiza hii siku moja?" aliuliza Santiago.

"Hii ilikuwa kudura yangu ya kibinafsi, si yako," alijibu mualkemia. Lakini nilitaka kukuonyesha kwamba inawezekana."

Walirejea langoni mwa lile jengo la watawa. Pale, aliibanja ile sahani ya dhahabu vipande vinne.

"Hiki kipande kimoja ni chako," mualkemia alisema akishikilia kipande kimoja na kumnyooshea yule mtawa wa kiume. Ni fidia ya ukarimu wako kwa mahujaji."

"Lakini fidia yenyewe inapindukia ukarimu wangu," yule mtawa wa kiume alijibu.

"Usikariri tena tamko hilo. Maisha huenda yakawa yametega masikio na kukupa punjufu mara nyingine."

Mualkemia alimgeukia Santiago. "Hiki ni kipande chako. Kulipia kile ulichompa yule kiongozi mkuu wa kambini."

Ulimi wa Santiago ulikaribia kutamka kwamba malipo yale yalipindukia kile alichompa kiongozi mkuu. Lakini ulijifunga kwa sababu alikuwa amesikia kauli ya mualkemia aliyomtamkia yule mtawa wa kiume.

"Na kipande hiki nitajikirimu mimi," alitamka mualkemia, akijiwekea kimoja kati ya vipande vilivyobaki.

"Kwa sababu ninapaswa kurejea jangwani kulikochacha vita vya makabila."

Mualkemia alichukua kipande cha nne na akamkabidhi yule mtawa wa kiume.

"Hiki ni kwa ajili ya huyu mvulana. Endapo atakihitajia wakati wowote."

"Lakini mimi ninakwenda kwenye msako wa hazina yangu," Santiago alisema. "Sasa nipo karibu nayo."

"Na nina hakika kwamba utaikuta," mualkemia alitamka.

"Basi kwa nini hiki?"

"Kwa sababu umeshapoteza akiba yako mara mbili. Mara ya kwanza kwa yule mwizi. Mara ya pili kwa kiongozi mkuu. Mimi ni Mwarabu mkongwe mwenye kuamini ushirikina na ninaziamini methali zetu. Kuna moja inayosema kwamba,' Kila kinachosibu mara moja katu hakisibu tena. Lakini kila kinachotendeka maradufu, bila shaka kitatokea mara ya tatu.'" Walipanda farasi wao.

❖ ❖ ❖

"Ninataka kukuhadithia kisa kimoja tu kinachohusiana na ndoto," mualkemia alisema.

Santiago alimjongeza farasi wake karibu naye.

"Katika Roma ya kale, wakati wa enzi ya Mfalme Tiberius, paliishi bwana mmoja mtenda mema aliyekuwa na wana wawili wa kiume. Mmoja alikuwa jeshini na alikuwa amepelekwa kwenye maeneo yaliyo mbali kabisa ya milki ile. Mwana wa pili alikuwa mshairi na aliutumbuiza mji wote wa Roma kwa tenzi zake za kuvutia sana.

"Usiku mmoja, yule mfalme aliota ndoto. Malaika alikuwa amejitokezea mbele yake na akamwambia kwamba maneno ya mwanawe mmoja yatafunzwa na kukaririwa kote duniani kwa vizazi vyote vijavyo. Yule baba-mtu alizindukana kutoka ndoto yake akibubujika kwa shukrani na kulia kwa sababu maisha yalikuwa karimu na yalikuwa yamemfichulia jambo ambalo mzazi yeyote angekuwa na fahari kujua.

Muda si muda yule mfalme aliaga dunia alipokuwa akijaribu kumwokoa mtoto ambaye alikuwa nusura apondelewe mbali na magurudumu ya gari. Kwa kuwa maisha yake yote alikuwa ameishi maisha ya uadilifu na ya haki, roho yake ilipaa moja kwa moja hadi mbinguni ambako alikutana na yule malaika aliyejitokeza kwenye ndoto yake.

'Wewe daima ulikuwa mtu mtenda mema,' yule malaika alimwambia yule mfalme.' Uliishi maisha yako kwa njia ya upendo na umefariki kwa heshima. Sasa ninaweza kukukubalia ombi lolote unalotamani.'

"'Maisha yalinitendea wema,' yule mfalme alitamka. 'Ulipoibuka ndotoni mwangu, nilihisi juhudi zangu zote zilitunukiwa zawadi kwa sababu mashairi ya mwanangu yatasomwa na watu kwa vizazi hadi vizazi vijavyo. Mimi binafsi sitaki chochote. Lakini baba yeyote angejionea fahari juu ya umashuhuri uliofanikishwa na yule ambaye alikuwa amemlea kama mtoto na kumwelimisha alipokuwa akikua. Siku moja mnamo siku za mbali zijazo, ningependa kuona maneno ya mwanangu.'

Yule malaika alishika bega la yule mfalme na wote wawili walitoswa katika mjao wa siku za mbali zijazo. Walijikuta katika mandhari adhimu yakizingirwa na maelfu ya watu waliozungumza lugha ngeni.

Yule mfalme aliangua kilio cha furaha.

'Nilijua kuwa mashairi ya mwanangu yatadumu milele,' yule mfalme alimtamkia malaika huku macho yakichurika machozi. 'Unaweza kuniambia kwa hisani yako mashairi gani ya mwanangu watu hawa wanayakariri?'

Yule malaika alijijongeza zaidi karibu na mfalme na kwa huruma, alimwongoza hadi benchi iliyokuwa karibu yao ambako walikaa.

'Tungo za mwanao ambaye alikuwa mshairi zilikuwa zinapendwa sana mjini Roma,' yule malaika alisema. 'Kila mtu alizipenda tungo zake na kuzifurahia.

Lakini enzi ya Tiberius ilipomalizika, mashairi yake yalisahauliwa. Maneno ambayo unayasikia hivi sasa ni ya yule mwanao aliye jeshini.'

Yule mfalme alimtazama malaika kwa mshangao.

'Mwanao alikwenda kutoa huduma katika mahali pa mbali na akatunukiwa hadhi ya kuongoza kikosi cha askari mia moja kwenye jeshi la Warumi.

Alikuwa mtu mtetea haki na mwema. Mchana mmoja, mmoja kati ya watumishi wake aliugua na ilionekana kwamba atakata roho. Mwanao alikuwa amepata fununu za mwanazuoni wa Kiyahudi aliyeweza kutibu maradhi na akafunga safari kumtafuta kwa siku kadhaa. Njiani alipata kujua kwamba mwanazuoni huyo aliyekuwa akimtafuta alikuwa Mwana wa Mungu. Alikutana na watu wengine ambao walitibiwa na yule mwanazuoni na walimsimulia mafunzo yake. Kwa hiyo, licha ya kwamba alikuwa kiongozi wa kikosi cha jeshi la Warumi, alibadili dini akajiunga na dini yao. Muda si muda aliwasili mahali alipokuwa yule bwana aliyemtafuta akamwendea.

Alimweleza yule mwanazuoni kwamba mmoja kati ya watumishi wake alikuwa mgonjwa sana na yule mwanazuoni wa Kiyahudi akajiandaa kuandamana naye hadi nyumbani kwake. Lakini yule mwanazuoni alikuwa mtu wa imani na mwanao alipotazama moja kwa moja machoni mwa yule mwanazuoni, alijua kwamba bila shaka yoyote alikuwa mbele ya Mwana wa Mungu.

'Na hivi ndivyo mwanao alivyotamka,' yule malaika alimweleza mfalme. 'Haya ndio maneno aliyotamka mwanao kwa yule mwanazuoni wakati ule na kamwe hayajasahauliwa. "Ewe Bwana, mimi sistahili kwamba wewe ulazimike kuja chini ya paa langu. Na tamka tu neno moja na mtumishi wangu atapona."

Mualkemia alisema, "Bila kujali kile anachokifanya, kila binadamu duniani anatekeleza jukumu muhimu katika historia ya dunia. Na kawaida huwa hana fahamu ya hilo."

Santiago alitabasamu. Haikumjia akilini kamwe kwamba maswali juu ya maisha yangekuwa na uzito mkubwa kwa mchunga kondoo.

"Kwa heri," mualkemia aliaga.

"Kwa heri," Santiago aliitika.

◇ ◇ ◇

Santiago alikata njia na farasi wake jangwani kwa saa kadhaa, akisikiliza kwa mzamo mkubwa kile moyo wake ulitaka kumwambia. Ni moyo wake uliokuwa umwambie pale palipofichwa hazina yake.

"Pale hazina yako ilipo ndipo palipo moyo wako vilevile," mualkemia alikuwa amemwambia.

Lakini moyo wake ulikuwa unamtajia vitu vingine. Kwa fahari, moyo wake ulimwambia hadithi ya mchungaji mmoja aliyeacha kondoo wake kuandama ndoto aliyoiota safari mbili tofauti. Ulimwambia juu ya kudura yake ya kibinafsi na juu ya wanaume wengine waliotangatanga katika msako wa ardhi za mbali au wanawake warembo wakikabiliana na watu wa zama zao wakishikilia dhana walizotangulia kuwa nazo. Ulizungumzia juu ya safari, uvumbuzi, vitabu na mageuzi.

Alipokuwa tu apande tuta jingine la mchanga, moyo wake ulinong'oneza," Tahadhari na mahali ambapo patakutoa machozi. Pale ndipo nilipo na hapo ndipo hazina yako ilipo."

Santiago alipanda lile tuta la mchanga taratibu. Angani, mwezi mpevu ulipanda kwenye anga yenye lukuki ya nyota: mwezi mmoja ulikuwa umepita tangu aendelee na safari yake kutokea pale jichoni. Mwezi ulichomoza vivuli kupitia matuta ya mchanga, ikipelekea mandhari ya bahari inayozunguruka; yalimkumbusha Santiago ile siku wakati yule farasi alipozuka na kuinua juu kwato zake za miguu jangwani, na akaja kujuana na mualkemia. Na mwezi ulididimia kwenye kivuli cha jangwa na juu ya safari ya mtu aliyekuwa katika msako wake wa hazina.

Alipofika juu ya mwinuko wa yale matuta ya mchanga, moyo wake ulipaa. Pale, mbele yake, chini ya mbalamwezi na wangavu wa jangwa, Piramidi za Misri zilijitutumua wima kwa haiba kuu.

Santiago alianguka chini akapiga magoti huku michirizi ya machozi ikimchuruzika machoni. Alimshukuru Mungu kwa kumtia imani juu ya hatima yake ya kibinafsi na kwa kumwongoza akutane na mfalme mmoja, mfanyabiashara, Bwana Mwingereza na mualkemia.

Na hatimaye kukutana na mwanamke wa jangwa ambaye alimwambia kwamba mapenzi kamwe hayawezi kuwa kizingiti kitakachomkwaa katika msako wake wa kudura ya kibinafsi.

Kama angetaka, sasa angeweza kurejea pale jichoni, amrudie Fatima na aishi maisha yasiyo na mbwembwe kama mchunga kondoo. Kwani juu ya yote hayo, mualkemia aliendelea kuishi jangwani licha ya kwamba alifahamu Lugha ya Dunia na alimudu jinsi ya kugeuza risasi kuwa dhahabu. Hakuwa na haja ya kuonyesha utaalamu wake wa kisayansi na sanaa kwa mtu yeyote.

Santiago alijiambia mwenyewe akiwa amezama katika juhudi za kutekeleza kudura yake ya kibinafsi alikuwa amejifunza mambo yote aliyopaswa kuyajua na alichota uzoefu wa kila kitu ambacho angekiotea ndoto.

Lakini sasa alikuwa amefikia hatua ya mwisho katika kuigundua hazina yake na alijikumbusha kwamba hakuna mradi unaokamilika mpaka shabaha yake ifanikiwe. Santiago alisharabu mandhari ya mchanga yaliyomzingira na akaona kwamba pale machozi yake yalipodondokea, kiwavi wa kinyesi alikuwa akijikimbiza mbali kwa haraka mchangani, akipiga hatua ndogo na fupifupi. Wakati wake jangwani, alikuwa amejifunza kwamba nchini Misri, kiwavi wa kinyesi ni alama ya Mungu.

Ishara nyingine! Santiago alianza kuchimbua tuta la mchanga. Alipokuwa akifanya hivyo, kumbukizi ilimgota kichwani ya kile alichokisema wakati mmoja, yule mfanyabiashara wa mawe ya kioo: mtu yeyote anaweza kujenga piramidi uani mwake. Santiago aliweza kuona sasa kwamba hangeweza kufanya hivyo lau angeweka jiwe moja juu ya jingine kwa maisha yake yote yaliyobaki.

Usiku kucha Santiago alichimbua mahali pale alipopachagua lakini hakuambulia kitu. Alihisi mzongo ukimzonga wa mpito wa wakati wa karne kadhaa tangu Piramidi zilipojengwa. Lakini hakuacha kupachimbua mahali pale. Alijikakamua akishindana na upepo ambao mara nyingi uliutifua mchanga aliochimbua na ukaulimbika kwenye shimo alilolichimbua. Mikono yake ilichubuka na kuchoka lakini aliusikiliza moyo wake. Ulikuwa umemwambia achimbe pale machozi yake yalipodondokea.

Wakati alipojaribu kuvuta nje miamba iliyojitokeza, alisikia sauti ya hatua za miguu. Watu kadhaa walimkurubia. Migongo yao ilikabili mbalamwezi na Santiago hakuweza kuyaona macho yao wala nyuso zao.

"Wewe, unafanya nini hapa?" mtu mmoja alidai kujua.

Kwa sababu ya woga uliomvaa, ulimi ulimganda Santiago. Alikuwa amegundua hazina yake ilipokuwa na alihofia kile ambacho kingetokea.

"Sisi ni wakimbizi kutokana na vita vya makabila, na tunahitaji pesa, mtu mwingine alitamka. "Unaficha nini hapo?"

"Sifichi kitu chochote," Santiago alijibu.

Lakini mmoja alimkamata Santiago na akamsukumiza nje ya lile shimo. Mtu mwingine ambaye alikuwa akipekuapekua begi lake alikuta kipande cha dhahabu.

"Kuna dhahabu hapa," alitangaza mpekuaji huyo.

Miale ya mbalamwezi iling'arisha uso wa Mwarabu aliyemkamata na ndani ya macho yake, kifo kilijitangaza.

"Labda ana dhahabu zaidi iliyofichwa shimoni."

Walimlazimisha Santiago aendelee kuchimbua lakini hakukuta kitu. Jua lilipoanza kupambazuka, wale jamaa walianza kumtandika. Alipata majeraha na kutokwa na damu, nguo zake ziliraruliwa vipande vipande na Santiago alihisi kifo kinambishia mlango.

"Pesa zina faida gani kwako lau utakufa? Haitokei mara nyingi ambapo pesa zinaweza kuokoa maisha ya mtu," mualkemia alikuwa amemwambia. Hatimaye Santiago alilalamika na kuwapigia mayowe wale washambulizi, "Ninachimba kwa maksudi ya kukuta hazina!" Na ingawa mdomo wake ulikuwa umefura na kutokwa damu, aliwaambia washambulizi wake, aliwaeleza kwamba alikuwa ameota ndoto mara mbili iliyomdokeza kwamba kulikuwa na hazina iliyofichwa karibu na Piramidi za Misri.

Mmoja kati ya wavamizi wale aliyeonekana kama kiongozi wa lile kundi la wavamizi alimuagiza mmoja wao: "Mwacheni. Hana chochote kingine. Lazima atakuwa ameiba dhahabu hii."

Santiago alianguka mchangani nusura apotelewe na fahamu. Yule kiongozi alimtikisa na akasema, Tunaondoka."

Lakini kabla hawajamwacha, alimrudia Santiago akasema," Kijana, hutakufa. Utaishi na utajifunza kwamba mwanamume hapaswi kuwa jizuzu namna yako. Miaka miwili iliyopita mahali papa hapa, mimi pia niliota ndoto zilizojirudia mara kwa mara. Niliota kwamba ninapaswa kusafiri katika mbuga za Uhispania na kutafuta gofu la kanisa ambako wachungaji na kondoo wao walipiga kambi hapo na kulala. Katika ndoto yangu palikuwa na mkuyu ulioota kwenye gofu la sakristi, kanisani na niliambiwa kwamba nikichimbua mizizini mwa ule mkuyu, ningekuta hazina iliyofichwa.

Lakini mimi si mjinga hivyo kuvuka jangwa zima kwa sababu tu ya ndoto zinazojirudia mara kwa mara."

Na kundi lile la wavamizi likayoyoma na kutoweka.

Santiago alijiinua na kusimama kwa mashaka na kwa mara nyingine macho yake yaliangazia zile Piramidi. Zilionekana zikimcheka naye akacheka, moyo wake ukipwita kwa furaha isiyo kifani. Kwa sababu sasa alibaini pale ilipokuwa hazina yake.

Hitimisho

Santiago alifikia lile gofu la kanisa dogo wakati tando la giza la usiku likitanda. Mkuyu bado ulikuwa umesimama pale pale kwenye sakristi, kile chumba cha kuhifadhi nguo za mapadre wa kanisani na nyota bado ziliweza kuonekana kupitia nusu paa lililobomoka. Kumbukizi zilimfyatukia akikumbuka zama zile alipopiga kambi na kondoo wake pale; ulikuwa usiku uliopuliza amani... isipokuwa kwa mkatizo wa ile ndoto.

Sasa alikuwa amerejea bila kondoo wake ila na beleshi.

Alikaa kitako macho yake yakinasa angani kwa muda mrefu. Kisha alichopoa kutoka shanta lake chupa ya mvinyo na akanywa mikupuo miwili mitatu. Alikumbuka ule usiku alipobarizi na mualkemia walipokuwa wakinywa mvinyo pamoja. Mawazo yalimgonga akikumbuka njia kadhaa za safari alizozipitia na jinsi ya shani Mungu alivyochagua kumwonyesha hazina yake. Kama asingeamini umuhimu wa ndoto zinazojirudiarudia, asingekutana na yule mwanamke wa Kijipsi, yule mfalme, yule mwizi au... 'Ama kweli, orodha ni ndefu kupindukia. Lakini njia yake ilibainishwa katika zile ishara na isingewezekana yeye kukosea njia,' Santiago alijiambia.

Usingizi ulimchota na alipokurupuka kutoka usingizini, jua tayari lilikuwa limeshapanda angani. Alianza kuchimbua kwenye mizizi ya ule mkuyu.

'Ewe mchawi mkongwe,' Santiago aliipigia mayowe anga. 'Hekaya nzima uliifahamu.

Hata uliacha kipande kimoja pale kwenye jengo la watawa wa kiume ili niweze kurejea kwenye kanisa hili.

Yule mtawa wa kiume alicheka aliponiona nikirudi huku nguo zangu zimegeuka matambara yaliyoraruliwa. Kwani usingeweza kuniepusha na mikasa yote hiyo?'

"La hasha!" alisikia sauti ikivuma kutoka upepo ikitamka. "Lau ningekuambia, usingeziona Piramidi. Zinavutia sana au sio?"

Santiago alitabasamu na akaendelea kuchimba. Mpito wa nusu saa baadaye, beleshi lake liligota kitu kigumu kama chuma. Baada ya saa moja ya kuchimbachimba, macho yake yalilakiwa na kasha la sarafu za dhahabu za Uhispania. Ndani pia mlikuwamo mawe ya thamani, mabarakoa ya dhahabu yaliyodariziwa na manyoya mekundu na meupe na sanamu za mawe zilizopachikwa vito vya thamani. Ngawira ya mateka ambayo nchi hiyo ilikuwa imeisahaulia mbali zamani sana na kwamba baadhi ya watekaji nyara wa Kihispania walikosa kuwasimulia watoto wao.

Santiago alitoa yale mawe ya Urimu na Thumimu kutoka mkoba wake. Alikuwa ameyatumia mawe yale mawili mara moja tu, ile asubuhi alipokuwa pale penye uwanja wa masoko. Maisha yake na mkondo wake daima yalimpa ishara toshelevu.

Alitia kashani yale mawe ya Urimu na Thumimu. Yalikuwa pia sehemu ya hazina yake mpya kwa sababu yalikuwa kumbukumbu ya yule mzee mkongwe ambaye katu asingemwona tena.

'Ni kweli: maisha kwa kweli yanakirimu wale ambao wanajitahidi kuandama kudura zao za kibinafsi, Santiago aliwaza. Kisha alikumbuka kwamba alipaswa kwenda

Tarifa kwa yule mwanamke wa Kijipsi ili aweze kumgawia fungu moja kati ya mafungu kumi ya hazina yake kama alivyoahidi. 'Wale wazururaji wa Kijipsi walikuwa na akili,' aliwaza. 'Labda kwa sababu walitangatanga sana huku na huko.

Upepo ulianza kuvuma tena. Ulikuwa ule wa *levante*, uliovuma kutoka bara la Afrika. Haukubeba harufu ya jangwa wala kitisho cha uvamizi wa machotara wa Kiberiberi na Kiarabu. Badala yake ulipuliza harufu ya manukato aliyoyafahamu sana na mguso wa busu - busu ambalo lilitokea mbali sana, taratibu, taratibu mpaka likatua kwenye mdomo wake.

Tabasamu lilikunjuka usoni mwa Santiago. Ilikuwa mara ya kwanza kwa mwanamke yule kutenda kitendo hicho.

"Fatima, naja," Santiago alitamka.

Printed in the United States
by Baker & Taylor Publisher Services